द्राविड तमिळनाडू

दिलीपराज प्रकाशन प्रा. लि.^{TM}

२५१ क, शनिवार पेठ, पुणे - ४११०३०.

दिलीपराज प्रकाशनाची सर्व पुस्तके आता आपण **Online** खरेदी करू शकता.

आमच्या **Website** ला कृपया एकदा अवश्य भेट द्या अथवा **Email** करा.

Email - diliprajprakashan@yahoo.in

www.diliprajprakashan.in

आपला
भारत २१

द्राविड तमिळनाडू

राजा मंगळवेढेकर

दिलीपराज प्रकाशन प्रा. लि.™

२५१ क, शनिवार पेठ, पुणे - ४११०३०.

द्राविड तामिळनाडू
Dravid Tamilnadu

लेखक : राजा मंगळवेढेकर

ISBN : 81 - 7294 - 265 - 6

प्रकाशक । राजीव दत्तात्रय बर्वे । मॅनेजिंग डायरेक्टर ।
दिलीपराज प्रकाशन प्रा. लि. । २५१ क, शनिवार पेठ । पुणे ४११०३०.
दूरध्वनी क्रमांक (फॅक्ससहित)
२४४७१७२३ । २४४८३९९५ । २४४९५३१४

मुद्रक । रेप्रो इंडिया लिमिटेड, मुंबई

सुधारित आधुनिक आवृत्ती । १५ जून २०१५
(मे २०१५ पर्यंतच्या माहितीसह)

प्रकाशन क्रमांक । ९१९

अक्षरजुळणी । सौ. मधुमिता राजीव बर्वे
पितृछाया मुद्रणालय । ९०९, रविवार पेठ । पुणे ४११००२.

मुद्रितशोधन । सुभाष फडके

मुखपृष्ठ । सागर नेने

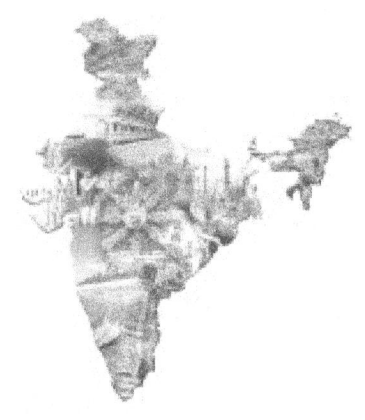

भिन्नतेत या अभिन्न...

भिन्नतेत या अभिन्न आज गाऊ आरती
लक्ष हस्त, लक्ष पाद, हृदय एक भारती
भिन्न वेष, भिन्न भाष, भिन्न धर्मरीती
भिन्न जात, भिन्न पंथ, तरीही एक संस्कृती ।।१।।
भिन्न रंग, भिन्न ढंग, भिन्न भाव-आकृती
भिन्न छंद, भिन्न बंध, आगळी कलाकृती ।
भिन्न वाणी, भिन्न गाणी, अर्थ एक वाहती
भिन्न शौर्य, भिन्न धैर्य, घोष एक गर्जती ।।२।।
भिन्न भवन, भिन्न हवन, भिन्न क्षेत्र मानिती
लहर लहर भिन्न तरी, एक गगन-माती ।
भिन्न तार, ताल तरी, एक मधुर झंकृती
कमलपुष्प हासते पाकळ्यांतुनी किती ।।३।।

-राजा मंगळवेढेकर

अनुक्रमणिका

१. शन् तमिळनाडू

शन् तमिळनाडू !
शन् तमिळनाडेनुम् ओदिनिले-इन्ब् -
त्तेनवन्दु पायुदु कादिनिले-एंगळ !
तंदैय नाडेम् पेच्चिनिले - ओरू,
शक्ति पिरक्कदु मुच्चिगिनले ।।
शन् तमिळनाडु !

- सुंदर तमिळनाडू!

तमिळनाडू हा शब्दाचा उच्चारच कानाला अमृतासारखा वाटतो.

सुंदर तमिळनाडू!

तमिळनाडूचे महाकवी सुब्रह्मण्य भारती प्रिय तमिळभूमीचे गौरवगीत गात आहे. आणि सार्थ अभिमानाने 'शन् तमिळनाडू' - 'सुंदर तमितनाडू' असे गौरवोद्गार काढीत आहेत.

भारताच्या गौरवशाली इतिहासात जे स्थान उत्तरभारतामधील 'आर्यावर्ता'ला आहे, तेच दक्षिणेकडील 'दक्षिणपथा'ला आहे. भारताचे वैशिष्ट्य त्याच्या अनेकांगी विविधतेमध्येच आहे आणि या विविधतेमधून अनुपम अशी एकता इथे वास करीत आहे, हे आणखी एक वैशिष्ट्य आहे. या वैशिष्ट्याचा गौरव पं. जवाहरलाल नेहरूंनी आपल्या 'भारताचा शोध' 'डिस्कव्हरी ऑफ इंडिया' - नामक विख्यात ग्रंथात केला आहे. जवाहरलाल म्हणतात, "ही विविधता आणि विभिन्नता भारतवर्षाचे बाह्य रूप आहे. आणि ही आचार-विचार व स्वभावधर्मातही काहीशी दिसून येते. वायव्येकडील पठाण आणि सुदूर दक्षिणेकडील तमिळ देशातील व्यक्ती यामध्ये तसे थोडेच साम्य नजरेस पडते. त्यांची जात भिन्न आहे, आकार

भिन्न आहे, खाणे-पिणे आणि वेशभूषाही भिन्न आहे. भाषा देखील भिन्न आहे. ...पण ही सर्व विभिन्नता असूनसुद्धा त्या पठाणांवरची भारतीयतेची छाप दृष्टीआड होत नाही आणि तमिळ लोकांवरती असलेली ही भारतीय मुद्राही लपून राहात नाही.' भारतीय संस्कृतीचे हेच विशिष्ट रूप भारतामधील सर्व भाषाभगिनी आणि त्यांचे साहित्य यातूनही आविष्कृत झालेले आहे. आणि म्हणूनच 'शन् तमिळनाडू' म्हणजे 'सुंदर तमिळनाडू' म्हणून तमिळ भूमीचे गौरवगीत गाणारे तमिळ महाकवी सुब्रह्मण्य भारती भारतमातेचे स्तुतीस्तोत्र तेवढ्याच अभिमानाने गाताना म्हणतात-

भारत समुद्रायम बालकवे-वाल्क वाल्क
भारत समुदायम वालकवे-जय जय जय ।

- भारतीय संघाचा जयजयकार असो. असा भक्तिभावनेने जयजयकार करताना ते सांगतात. "ही आमची भारतमाता अठरा भाषेत बोलते खरी पण तिचे चिंतन एकच आहे."

संस्कृतच्या खालोखाल भारतामध्ये तमिळ साहित्यच अत्यंत प्राचीन व समृद्ध आहे. एकदा विनोबाजी म्हणाले होते, "तमिळ आणि संस्कृत या दोन भाषांतच उत्तम सर्वग्राही असे कोश होऊ शकतात, इतक्या या भाषा शब्दसमृद्ध आणि अर्थवाही आहेत." त्यामुळेच भारतीय संस्कृती कला, साहित्य, संगीत, राजनीती, धर्म इत्यादी क्षेत्रांमध्ये प्राचीन काळापासूनच तमिळ लोक अग्रभागी आहेत.

भारताची ही दक्षिणभूमी, जगामधल्या ज्या काही ठिकाणी पाहिल्यांदा मनुष्यजातीचा जन्म झाला, त्यापैकी एक मानल जाते प्रस्तर युगापासूनच मनुष्यजातीच्या रहिवासाची चिन्हे या भूमीत आढळतात.

प्राचीन तमिळ साहित्यामध्ये तमिळ भूमीच्या प्राचीनतेचा उल्लेख आढळतो. एक कवी एका वीराची प्रशंसा करताना म्हणतो, "ज्या वेळी प्रस्तराचा उद्‌भव झाला होता, परंतु अजून माती उद्‌भवली नव्हती, त्या वेळी हे वीरा! तुझ्या कुलातील वीर पुरुषांनी खड्‌गासहित जन्म घेतला."

संस्कृत पुराणातही असे संकेत आढळतात. मनूचे निवासस्थान इथेच होते आणि प्रलयकाळी तो इथेच राहात होता, असे भागवत पुराणात म्हटले आहे.

प्राचीन तमिळ साहित्यामधील 'तोलकाप्पियम' नामक व्याकरण व काव्य या शास्त्रांवरील सनपूर्व चौथ्या शतकामधील एक ग्रंथ उपलब्ध असून त्यामध्ये तत्कालीन तमिळ देशाच्या चतुःसीमेचा उल्लेख आहे. प्रारंभीच्या सूत्रातच सांगितले

आहे, ''उत्तरेला वेंकट (पर्वत आणि दक्षिणेला कुमरी यांच्यामधील तमिळभाषी सुंदर प्रदेशात हे साहित्य प्रचलित आहे.''

''तोल्काप्पियम्' लेखकाच्या समकालीन होऊन गेलेल्या 'शिकंडी' नामक लेखकाने व दुसऱ्या शतकात रचलेल्या 'शिलप्पधिकारम' महाकाव्यातही तमिळ देशाची चतु:सीमा अशीच वर्णिलेली आहे.

यातील 'वेंकटगिरी' म्हणजे हल्लीचे तिरूपती. हे स्थान आता आंध्र प्रदेशात आहे. असे सांगतात की, दक्षिणेत हल्ली जेथे कन्याकुमारी आहे, तिच्या दक्षिणेला एक विस्तृत भूखण्ड होते. ते कालांतराने समुद्रात गडप झाले. त्या भूमीत 'कुमरी' नावाचा प्रदेश व त्याच नावाची नदी होती. ही तमिळ देशाची दक्षिणसीमा होती. पूर्व-पश्चिमेला आजच्या प्रमाणेच समुद्र होता. पूर्व समुद्र प्रांतामधील काही प्रदेश देखील समुद्रात बुडालेला आहे. 'कावेरीपट्टनम्' सारखे प्रसिद्ध बंदर सागराने पोटात घेतले आहेत्या काळी तमिळनाडूमध्ये एकूण पन्नास प्रांत होते. त्यातील मध्यप्रदेशात म्हणजे हल्लीच्या मदुराई, तंजावर, कोईंबतर या प्रदेशात जी भाषा प्रचलित होती, तीच उत्कृष्ट तमिळ मानली जात असे. तिला 'शेन्-तमिळ' (परिष्कृत तमिळ भाषा) असे म्हणत. अन्य प्रदेशात तमिळची विविध रूपे-बोली प्रचारात होती. आजही वरील जिल्ह्यातील तमिळ भाषा ही अधिक सुंदर व काव्यात्म मानली जाते'तमिळ' आणि 'द्राविड' हे शब्द वास्तविकदृष्ट्या एकाच शब्दाची दोन रूपे आहेत. या दोहोंत कोणत्या शब्दापासून कोणाची उत्पत्ती झाली, याविषयी विद्वानांत मतभेद आहेत. द्राविड शब्दापासून तमिळ शब्द बनला, असे संस्कृतचे पंडित मानतात. त्यांच्या मतानुसार 'द्रु गतौ' धातूला 'इलच्' प्रत्यय जोडल्याने 'द्रविल' शब्द बनतो आणि याचा अर्थ आहे अन्यत्र गेलेला, पळालेला. पुढे 'व' चा 'म' आणि 'ल' चा 'ड' असा बदल होऊन 'द्रमिड' शब्द बनला. उत्तर भारतातून जे आर्येतर लोक दक्षिणेत गेले, त्यांना 'द्रमिड' म्हणत असत. द्रमिडांमध्ये दस्यु, वृषल इत्यादी लोक समाविष्ट होतेकालांतराने 'द्रमिड' चे 'दमिड' आणि पुढे 'तमिल' असे रूप बनले.

दुसरे मत असे आहे की, 'द्रविड' हा शब्द 'धर्म' या शब्दापासून उत्पन्न झाला. धर्म+इल = 'धर्मिल' असा शब्द बनला. धर्मिल म्हणजे धर्मनिष्ठ. ऋग्वेदात 'धार्मिक' शब्द आढळतो. पाली भाषेत धर्मिलची ध्रमिल, ध्रम्मिल, द्रम्मिल अशी रूपे आढळतात. अशोकाच्या शिलालेखात ही रूपे दिसतात. 'द्रमिल' चे रूपांतर 'तमिल' झाले.

परंतु तमिळ-विद्वानांचे मतानुसार 'तमिल' हा शब्द तमिल देश आणि

भाषा यांच्या इतकाच प्राचीन आहे. 'तमिल' चा अर्थ सुंदर, शीतल! अति सुंदर भाषेचे नाव 'तमिळ' पडले. अशी सुंदर भाषा बोलणारे लोक 'तमिळ' आणि त्यांचा देशही 'तमिळ' बनला. तमिचे संस्कृत रूपांतर 'द्रविड' झाले. दुसरे आणखी एक मत असे आहे की, 'तेन+मोलि' पासून 'तमिल' शब्द बनला. याचा अर्थ आहे मधासारखी गोड भाषा. 'तेनमोलि' शब्दाचे रूपांतर पुढे 'तमिळ' झाले.'तमिळनाडू' म्हणजे तमिळ भाषा बोलणाऱ्या लोकांचा देश. 'नाडू' म्हणजे देश. आजचे तमिळनाडू राज्य हे आकाराने नवीन आहे. पूर्वीच्या तमिळनाडूत केरळ प्रदेशही समाविष्ट होता व त्या सर्व प्रदेशाला 'तमिळहम्' असे म्हटले जाई.तमिळनाडू प्रदेशाचे पूर्वीच्या काळी कुरिंजी, पालै, मुल्लै, मरूदम व नेदियल असे पाच विभाग होते. कुरिंगजी म्हणजे डोंगरी भाग. या भागात जंगली आदीम जमातीचे लोक राहत असत. पालै म्हणजे मरूभूमी. या भागातले लोक चोऱ्या, वाटमारी करीत असत. मुल्लै म्हणजे सखल वनप्रदेश. येथील लोक पशुपालक होते. मरूदम म्हणजे कावेरी व ताम्रपर्णी या नद्यांच्या काठची समतल भूमी. या भागातले लोक शेतीभाती करीत असत. हे बरेच स्थिरस्थावर झालेले होते. नेदियल म्हणजे समुद्र किनाऱ्यालगतचा भाग. येथील लोक नौकानयन, मच्छिमार या तरबेज असत.या प्रदेशातील पूर्वघाट व पश्चिमघाट या दोन पहाडांच्या रांगा या पूर्व व पश्चिम समुद्र किनाऱ्याशी समांतर असून, त्यांच्यामुळे सर्व प्रदेशाचे तीन भाग पडले आहेत. कर्नाटकाच्या दक्षिणेस नीलगिरी पर्वत पसरलेला आहे. त्याचे सर्वांत उंच शिक्षर ९,६९९ फूट उंच आहे. कावेरी, ताम्रपर्णी, पेरियार, वैगाई, पलार इत्यादी नद्या तमिळनाडूच्या जीवनदायिनी आहेत. या नद्या पूर्व समुद्राला मिळतात. तमिळनाडूची भूमी सुपीक बनवतात.

तमिळहम्चे पूर्वी पाच राजकीय विभाग होते. पांड्यानाडु, चोनाडु, चेरनाडु, कोंगुनाडु व तोडैनाडु अशी त्यांची नाव होती विविध राजांच्या राजवटीच्या काळी तमिळनाडूचे आकारमान बदलत गेले. ब्रिटिशांच्या काळी 'मद्रास इलाखा' म्हणून हा प्रदेश प्रसिद्धीस आला. मद्रास इलाख्यात त्यावेळी कर्नाटक, आंध्र व केरळचा काळी भागही समाविष्ट होता. तमिळनाडू हा प्रदेश मद्रास नावानेच ओळखला जाऊ लागला. स्वातंत्र्यानंतर भाषावर प्रांतरचनेच्यावेळी विविध भाषी प्रदेश बाजूला झाले १ नोव्हेंबर १९५७ रोजी संपूर्ण तमिळ भाषिकांचे असे 'तमिळनाडू' हे राज्य अस्तित्वात आले.आजच्या तमिळनाडूच्या उत्तरेला कर्नाटक व आंध आणि पश्चिमेला केरळची सोबत आहे; तर पूर्वेला व दक्षिणेला समुद्रांचा शेजार आहे.तमिळनाडू प्रदेशात सर्वसाधारणपणे हवामान उष्णच आहे. मद्रास, चिंगलपटु,

आर्काट इत्यादी जिल्ह्यात उन्हाळ्याच्या दिवसांत १०५ ते १२० डिग्री फॅरेनहाईट तपमान असते. परंतु याच भूमीत उटकमंड, कोडाईकनाल अशी अति थंड हवेची सुंदर, रमणीय ठिकाणे ही आहेत.या प्रदेशातील लोकसंख्येचे धर्मनिहाय वितरण, तसेच साक्षरता, स्त्री-पुरुष गुणोत्तर वगैरे तपशील पुढील कोष्टकात दिले आहे.

लोकसंख्या	मुस्लीम %	हिंदू%	शीख%	बौद्ध व अन्य%
६,२४,०५,६७९	३४,७०,६४७	५,४९,८५,०७९	३७,८५,०६०	१,६४,८९३
२००१ च्या जनगणनेनुसार	५.५६	८८.११	६.०७	०.२६

जिल्हा	लोकसंख्या	जिल्हा	लोकसंख्या
अरियालुर	७,५२,४८१	रामनाथपुम	१३,३७,५६०
चेन्नई	४६,९१,०८७	सालेम	३४,८०,००८
कोइम्बलूर	३४,७२,५७८	शिवगंगा	१३,४१,२५०
कुड्डालोर	२६,००,८८०	तंजावर	२४,०२,७८१
धर्मपुर	१५,०२,९००	निलगिरी	७,३५,०७१
डिंडिगुल	२१,६१,३६७	थेनी	१२,४३,६८४
एरोड	२२,५९,६०८	तिरुवल्लुर	३७,२५,६९७
कांचीपुरम	३९,९०,८९७	तिरुवरुर	१२,६८,०९४
कन्याकुमारी	१८,६३,१७४	तुतुक्कुडी	१७,३८,३७६
करुर	१०,७६,५८८	तिरुचिरापल्ली	२७,१३,८५८
कृष्णागिरी	१८,८३,७३१	तिरुनेलवेल्ली	३०,७२,८८०
मदुराई	३०,४१,०३८	तिरुपुर	२४,६८,९६५
नागपट्टणम	१६,१४,०६९	तिरुवन्नमलाई	२४,६८,९६५
नमक्कल	१७,२१,१७९	वेल्लोर	३९,२८,१०६
पेराम्बलुर	५,६४,५११	विलुप्पुरम	३४,६३,२८४

एकूण लोकसंख्या	स्त्री:पुरुष गुणोत्तर	साक्षरता	शहरी:ग्रामीण गुणोत्तर
७,२१,४७,०३०	९९६/१०००	८०.०९%	४८/५२
एकूण क्षेत्रफळ	**जंगले**	**सिंचनाखालचे**	**३२ शहरे**
१,३०,०५८ कि. मी²	२२.८७७ किमी²	२६९७ हजार हेक्टर	१५,४०० खेडी

एक लाखावर लोकवस्ती असलेली एकूण ३२ शहरे तामिळनाडूमध्ये असून त्यातील सर्वांत मोठे शहर म्हणजे राजधानी चेन्नई (लोकसंख्या ४६,८१,०८७) आहे, तर त्या पाठोपाठ मदुराई आणि कोईम्बतूर ही दहा लाखावर लोकसंख्या असलेली शहरे आहेत. या राज्याच्या विधान सभेत २३५ आमदार असतात. या राज्यातून लोकसभेच्या ३९, तर राज्यसभेच्या १८ जागा आहेत.

तमिळनाडूची राज्यभाषा तमिळ आहे.

राज्यातील मुख्य पीक भात हे आहे. विविध प्रकारची कडधान्ये, ऊस, तंबाखू, गळिताची धान्ये, नारळ, केळी, आंबे इत्यादी पिके व फळेही मुबलक होतात.

तमिळ भाषेत एक म्हण आहे- 'कोविल् इल्लाद उरिल् कुडि इरूक्क वेण्डाम्' याचा अर्थ असा की, ज्या गावात मंदिर नाही अशा ठिकाणी वसती करू नये. आणि या म्हणीचे तंतोतंत पालन करण्यासाठी की काय, तमिळनाडूमधील गावोगावी मंदिर आहे. मंदिराशिवाय गाव आढळणारच नाही. त्याशिवाय प्रचंड अशी विशाल मंदिरेही पुष्कळच आहेत. हिंदूचे प्रसिद्ध क्षेत्र रामेश्वर हे तमिळनाडूमध्येच आहे. विख्यात मीनाक्षी-मंदिर मदुरेत आहे. कांचीवरमची विष्णुकांची व शिवकांची येथील मंदिरे, तसेच श्रीरंगम, महाबलीपुरम्, पक्षीतीर्थ, तंजावर इत्यादी ठिकाणची भव्य मंदिरे व गोपुरे प्रेक्षणीय आहेत. तमिळनाडूमध्ये इतकी विविध मंदिरे असल्यामुळे याला 'मंदिरांचे घर' अथवा 'गोपुरांचा प्रदेश' असेही म्हणतात.

आणि ही मंदिरे जशी भव्य, विशाल आहेत तशीच त्यावरील कोरीव शिल्पकलाही अप्रतिम आहे. तमिळ कलाकारांच्या सौंदर्यदृष्टीची व रसिकतेची साक्ष अनेक प्राचीन व अर्वाचीन वास्तू शिल्पावरून मिळते. तमिळनाडूची भूमीच अशी रसिक आहे की, जिथे संगीताची आराधना घरोघरी आणि मंदिरांमधून सातत्याने चालू असते. संगीताला नृत्याची साय आहेच. 'भरत नाट्यम्' ह्या विख्यात नृत्याची ही जन्मभूमी आहे.

याच भूमीत तमिळवेद 'कुरळ'ची रचना झाली. कुरळचा कर्ता तिरूवल्लुवर, तसेच माणिक्यवाचकर, नम्मालवार, कम्ब इत्यादी थोर साहित्यकार, दक्षिणेची मीरा म्हणून प्रसिद्ध पावलेली संत आण्डाल याच भूमीत होऊन गेली. वैष्णवपंथी आलवार व शैवपंथी नायन्मार येथेच झाले. नाथमुनी व रामानुजाचार्य हे तमिळनाडूचेच

सुपुत्र आहेत. रामानुजाचार्यांनी सर्व भारतात भक्तीचा महिमा पोहोचविला. भारताला भक्तिमार्गाची देणगी तमिळनाडूने दिली, असे मानले जाते.

उत्पन्ना द्राविडे चाहं कर्णाटे वृद्धिमागता ।
किंचित् स्थिता महाराष्ट्रे गुर्जरे क्षीणतां गता ।।

अशी उक्ती पद्‌म पुराणात आहे. यावरूनही भक्तीचा उदय तमिळनाडूत झाला हे सिद्ध होते... 'भक्ति द्राविड ऊपजी लाए रामानंद' अशीही एक म्हण उत्तरेत प्रचलित आहे.

आधुनिक काळातही तमिळनाडूने डॉ. सी. व्ही. रामन यांच्यासारखा जगविख्यात व नोबेल पारितोषिक विजेता महान शास्त्रज्ञ, रामानुजन यांच्यासारखा प्रसिद्ध गणिती, सुब्रह्मण्य भारतीसारखा प्रतिभाशाली कवी, त्यागराजासारखा संगीत शिल्पी, रमण महर्षींच्यासारखे थोर तपोधन, कस्तुरी रंगा अय्यंगार, सी. विजयराघवाचारियर, चिदंबरम् पिल्ले, श्रीनिवास शास्त्री, श्रीनिवास अय्यंगार यांच्यासारखे थोर विचारवंत व देशभक्ततमिळनाडूत झाले. भारतीय स्वातंत्र्य संग्रामात आपल्या अलौलिक त्यागाने, साधेपणाने व बुद्धिचातुर्याने चमकलेले चक्रवर्ती राजगोपालाचारी उर्फ राजाजी हे तमिळनाडूचेच सुपुत्र. स्वतंत्र भारताचे पहिले व्हाईसरॉय राजाजीच होते.

अशी ही कर्तबगार माणसांची व ललितकलांची जननी असलेली तमिळनाडूची रमणीय भूमी आहे.

★★★

२. साक्षी इतिहास

आजच्या तमिळनाडू प्रदेशाला फार प्राचीन इतिहास उपलब्ध आहे. रामायण, महाभारत इत्यादी प्राचीन ग्रंथामधून या प्रदेशात पूर्वी राज्य करीत असलेल्या राजांचे अथवा त्यांच्या राजवंशांचे उल्लेख आढळतात. त्या काळी या प्रदेशाचे पांड्नाडू, चोळनाडू, चेरनाडू, कोंगुनाडू आणि तोडैनाडू असे पाच राजकीय विभाग होते.

आर्य लोक उत्तरेकडून दक्षिणेत येण्यापूर्वीच येथे द्रविड लोकांचे वास्तव्य होते. प्राचीन काळी विंध्य पर्वताच्या दक्षिणेकडील भागाला 'दक्षिणापथ' किंवा 'द्राविड देश' असे म्हणत असत. द्राविड देशातील लोकांना द्रविड म्हणत असत. दक्षिणेत आज वसणाऱ्या कानडी, मद्रासी, तेलुगु आणि मल्याळी, तुळु लोकांना द्रविड वंशातील मानले जाते.

प्राचीन वैदिक साहित्यात द्रविड हा शब्द आढळत नाही. महाभारतात हा प्रथमत: आढळतो. इथे त्यांना क्षत्रिय मानले आहे. मनुस्मृतीतही एक जात म्हणून द्रविडांचा उल्लेख आहे.

द्रविड शब्दाचा दुसरा अर्थ, 'भारताचे दक्षिण टोक' असाही होतो, असे म्हणतात. काही विद्वानांच्या मते, मूळ द्रविड हे तमिळ ह्या शब्दांचे संस्कृतीकरण आहे, तर काहींच्या मते मूळ द्रविड शब्दाचेच 'तमिळ' असे रूपांतर झाले आहे.

द्रविड लोकांच्या मूळ वसतिस्थानाबद्दल व त्यांच्या मूळ वंशाबद्दल पंडितांत पुष्कळ मतभेद आहेत. निरनिराळ्या पंडितांनी निरनिराळ्या शास्त्राच्या आधारे द्रविड लोकांच्याविषयी निरनिराळी अनुमाने काढलेली आहेत. कोणी म्हणतात, द्रविड लोक मुळात मध्य-आशियाच्या पठारावर मंगोलियाच्या आसपास कुठेतरी वसलेले होते, तर कोणी म्हणतात, द्रविड लोक हिंदी महासागरातील लेमुरिया नामक देशाच रहिवासी होते. काहींच्या मते, भूमध्य सागराच्या भोवतालचा काही

प्रदेश आशिया मायनर व ईजियन द्वीपसमूह या प्रदेशात द्रविड लोकांची मूळ वसती होती, तर काही त्यांना येथील आदिवासी जमात मानतात. द्रविड लोक बाहेरून कुठूनही भारतात आले नसून, दक्षिण भारत हेच त्यांचे मूळ स्थान आहे, असा सिद्धान्तही काही पंडितांनी मांडला आहे.

एवढे मात्र खरे की, आर्यांच्या पूर्वी द्रविडांची वसती दक्षिणापथात होती. त्यांनी असंख्य गावे वसवलेली होती. शेती व पशुपालन हे व्यवसाय ते करीत असत. ते नगर रचनेत कुशल होते. त्यांना विविध कलाही अवगत होत्या. त्यांची संस्कृती उच्च प्रकारची होती. सिंधू संस्कृतीचे जे अवशेष उत्खननात सापडले आहेत, त्यावरून प्राचीन द्रविड संस्कृतीची कल्पना येते.

इतिहासपूर्व काळी आर्यावर्त व दक्षिणापथ यांचा दळवळणाचा संबंध येऊ लागला होता. या संबंधी एक आख्यायिका अशी सांगतात की, अगस्त्य ऋषी हा पहिला आर्य आर्यावर्तामधून निघाला आणि दक्षिणेकडे चालू लागला. जाता, जाता वाटेत विंध्य पर्वत भिंतीसारखा आडवा आला. परंतु अगस्त्य ऋषींना पाहताच ताठर विंध्य त्यांच्यापुढे नमला. अगस्त्यांनी त्याला, 'मी दक्षिणेतून जाऊन येईपर्यंत असाच रहा.' असे सांगितले आणि ते दक्षिणेत आले. दक्षिणापथास आलेला हा पहिला आर्य. विंध्य पर्वत नमल्यामुळे उत्तर दक्षिण भारतात दळवहण सुरू झाले. अगस्त्य ऋषींनी दक्षिण भारतात आर्यांची पहिली वसाहत तमिळनाडूमध्ये स्थापिली होती.

महाभारतकाळी नांदत असलेल्या चोळ, पांड्य आणि चेर या राजांच्याविषयी देखील एक आख्यायिक प्रचलित आहे. चेर, पांड्य आणि चोळ हे तीन भाऊ होते. त्यांची राजधानी ताम्रपर्णी नदीच्या काठावरील कोरकै या नगरीत होती. बराच काळ एकत्र राहिल्यानंतर या तीन भावांनी आपआपली स्वतंत्र राज्ये स्थापन केली. तेव्हा- पासून हे तीन राजवंश दक्षिणेमध्ये राज्य करू लागले. पांड्य वंशाने मदुरा येथे आपली राजधानी केली, चोळ वंशाने उरैयूर अथवा तिरुच्चिरापल्ली येथे आपली राजधानी केली आणि चेर वंशजांनी केरळभूमीत आपला राज्यविस्तार वाढविला. कालांतराने या तीन राज्यांमध्ये सत्तास्पर्धा निर्माण झाली आणि राज्य-विस्ताराची लालसा वाढली. त्यामुळे त्यांच्यामध्ये संघर्षही होऊ लागले.

चोळ

पहिल्या किंवा दुसऱ्या शतकात करिकाल नावाचा महाप्रतापी राजा या वंशात होऊन गेला. तमिळ कवींनी याच्याविषयी अनेक गौरवगीते रचली आहेत.

तो चतुर शासनकर्ता व कुशल सेनानी होता. त्याने वेण्णी येथील महायुद्धात चेर व पांड्य या राजांचा पराभव करून तमिळनाडूवर आपले प्रभुत्व स्थापन केले, एवढेच नव्हे तर, त्याने हिमालयापर्यंत स्वारी करून व्रज, मगध, अवंती, इत्यादी राज्येही जिंकली, असे वर्णन 'शिलप्पधिकारम्' या महाकाव्यात आढळते. कांचीच्या पल्लव राजाचा पराभव करून त्याने आंध्र प्रदेशावरही आक्रमण केले होते.

मात्र करिकालाची कीर्ती विशेष झाली आहे, ती त्याच्या इतर कार्यामुळे. त्याने जंगले तोडून शेतीसाठी नवी जमीन मिळवली. नवीन तलाव, धरणे व कालवे बांधून शेतीसाठी पाणी पुरवण्याची सोय केली. त्याने अनेक नवी नगरेही वसवली. 'कावेरीपट्टिणम्' ही नगरी त्यानेच निर्माण केली. ती कावेरी नदीच्या मुखाशी असल्यामुळे तिथे व्यापराचे मोठे केंद्र निर्माण झाले व तिथून अनेक देशांशी व्यापार चालू झाला.

त्यानंतर चेरन शेंगट्टुवन नामक आणखी एक प्रतापी राजा या वंशात होऊन गेला. त्यानेही चेर व पांड्य राजांचा पराभव करून आपले वर्चस्व कायम राखले. त्याच्यानंतर चोळ वंशाची सत्ता क्षीण होत गेली आणि तिच्या जागी पांड्य वंशाचे प्रभुत्व प्रस्थापित झाले. त्यानंतरच्या काही शतकांचा इतिहास उपलब्ध नाही. पांड्य वा चोर वंशाची सत्ता तमिळनाडूवर चालत असली तरी चोळ वंशातील काही पुरुष सांभाळून असावेत. काही काळ कलभ्र वंशानेही चोळ देशावर राज्य केले असावे. नवव्या शतकात पांड्य व पल्लव हे आपसात झगडून दुर्बळ झाले असता, पल्लव राजांचा एक सामंत विजयालय चोळ याने उरैयुच्या आसमंतात स्वातंत्र राज्य सुरू केले व तंजावर जिंकून, तिथे आपली राजधानी स्थापली. तिथे त्याने एक दुर्गेचे मंदिरही बांधले. तो स्वत: व त्याचे वंशज शिवभक्त होते. त्याने इ.स. ८५० पासून सुमारे वीस वर्षे राज्य केले व त्या अवधीत आपल्या राज्याचा बराच विस्तार केला.

विजयालयाचा पुत्र आदित्य याने इ.स. ८७१ ते ९०७ पर्यंत राज्य केले. इ.स. ८९० च्या सुमारास त्याने पल्लव राजा अपराजित याचा पराभव करून त्याचे राज्य जिंकले. कोंगू देशावरही त्याने आपली सत्ता स्थापली. नंतर त्याने गंग वंशाची राजधानी तळकाड ही हस्तगत केली. त्याचे राज्य कालहस्तीपासून कोइंबतूरपर्यंत पसरले होते. त्याने आपल्या राज्यात अनेक शिवालये बांधली. पल्लव वंशातील राजकन्येशी त्याचा विवाह झाला होता.

आदित्याचा पुत्र परांतक- पहिला याने इ.स. ९०७ ते ९५५ पर्यंत राज्य केले. यानेच चोळांचे साम्राज्य अस्तित्वात आणले. त्याने पांड्य वंशाचे राज्य

जिंकून कन्याकुमारीपर्यंत आपला राज्यविस्तार केला. मदुरेवर प्रभुत्व मिळाले. म्हणून त्याने 'मुदुरैकोड' ही पदवी धारण केली. त्याने लंकेवरही स्वारी केली होती. राष्ट्रकूट राजा कृष्ण-दुसरा याला व बाण राजालाही त्याने जिंकले होते. परांतक हा उत्तम शासक होता. राज्यात शांतता व सुव्यवस्था याने स्थापन केली होती. परकेसरीवमी, वीरनारायण, देवेंद्र चक्रवर्ती, पंडित वत्सल, कुंजरमल्ल इत्यादी अनेक पदव्या याने धारण केल्या होत्या.

परांतक राजाच्या पश्चात गंधरादित्य, अंरिजय, सुंदर चोळ, उत्तम चोळ, राजराज हे राजे गादीवर बसले. राजराज याने दक्षिण दिग्विजय करून चेर व पांड्य यांची राज्ये जिंकली, लंकेवर स्वारी करून तेथील राजधानी अनुराधपूर उद्ध्वस्त केली. म्हैसूर प्रदेश जिंकून चोळ साम्राज्य वाढविले. तंजावरचे राजराजेश्वराचे मंदिर यानेच बांधले आहे. हा जसा राज्यकुशल होता, तसाच विद्या व कलांचा पुरस्कर्ता होता. सर्व धर्मांना याने आश्रम दिला. मुम्मद्दी चोळमार्तंड, चोळमार्तंड,केरअंतक अशा अनेक पदव्या ह्याने धारण केल्या होत्या. याच्यानंतर त्याचा पुत्र राजेंद्र चोळ हा गादीवर आला. तो आपल्या पित्यापेक्षा पराक्रमी होता. याच्यानंतर वीराजेंद्र, राजाधिराज, राजेंद्र या राजांनी राज्य केले.

अशा प्रकारे बाराव्या शतकाच्या अखेरपर्यंत चोळाचे साम्राज्य दक्षिणेत नांदले. पांड्य वंशातील राजा सुंदर याने चोळकुलत्तुर याचा पराभव करून तेराव्या शतकात त्याला आपले प्रभुत्व मान्य करायला लावले. चोळ राजांनी कही काळ होयसळांच्या मदतीने राज्य केले, पण पुढे पांड्य वंशातील राजे प्रबल होत गेले अणि १२८० च्या सुमारास त्यांनी चोळांचे सर्व राज्य जिंकून घेतले. राजेंद्र चोळ-तिसरा हा पांड्यांचा सामंत म्हणूनच राज्य करीत होता. १३१० मध्ये मलिक काफूरने चोळांचे राज्य पूर्णपणे नष्ट केले.

चेर

प्राचीन तमिळ साहित्यात चेर राजवंशाविषयी तुरळक माहिती मिळते. सनपूर्व पहिले शतक ते इसवी सनाचे पहिले शतक-या कालखंडात चोळ, चेर व पांड्य या तीन राजवंशात सत्तास्पर्धा चालू होती. चोळ राजांनी चेर, पांड्य यांच्यावर वर्चस्व स्थापले होते. पुढे कालांतराने चेर वंश बलवान झाला व काही काळ त्याने प्रभुत्व गाजविले.

चेर वंशातील सर्वांत प्रसिद्ध राजा नेडुंजेरल आदन किंवा चेरल आदन हा होय. हा करिकाल चोळ याचा समकालीन होता. याने कंदबू नावाचा प्रदेश जिंकला आणि अनेक राजांना पराभूत करून 'अधिराजर' ही पदवी घेतली. परंतु

पुढे वेण्णीच्या महायुद्धात करिकालाने याचा पराभव केला. त्यामुळे लज्जित होऊन याने रणांगणावरच आत्महत्या केली, असे वर्णन अनेक तमिळ ग्रंथात आहे.

पुदयन चेरल आदन नावाचा या वंशातील एक राजा पाचव्या शतकात होऊन गेला. त्याचा पुत्र नेंडुचेरल यांच्याविशय काही माहिती 'पत्तुप्पाट्टु' या तमिळ काव्य ग्रंथात मिळते. याने समुद्र मार्गाने स्वारी करून एक द्वीप जिंकले व कन्याकुमारीपासून हिमालयापर्यंत दिग्विजय करून आपल्या गळ्यात सप्तमुकुटमाला धारण केली, असे सांगतात. त्याने अनेक मंदिरे निर्माण केल्याचेही सांगितले आहे. नेडुंचरेलाचा पुत्र वेलंकेलू कुट्टून हा सुद्धा अत्यंत पराकमी होता. प्राचीन तमिळ ग्रंथात याच्या दिग्विजयाच्या अनेक दंतकथा वाचायला मिळतात. त्याने आपला शूल फेकून सागरालाही मागे हटविले होते, अशी कथा आहे. त्याचे राज्य पश्चिम समुद्रापासून पूर्व समुद्रापर्यंत पसरले होते. शेंगट्टुवन हा आणखी एक वीरपुरुष या वंशात होऊन गेला, असे नंतरच्या ग्रंथावरून कळते. चेर वंशाची ख्याती केरळ प्रदेशावर राज्य करणारा एक प्राचीन वंश म्हणून आहे. अशोकाच्या शिलालेखात या वंशातील राजांचा उल्लेख 'केरळपुत्र' असे आढळतो. संस्कृत महाकाव्ये आणि पुराणे यांतही चेर राज्याचा उल्लेख आहे.

पांड्य

पांड्य वंशाचे राज्य वल्लुरू नदीच्या दक्षिणेकडे कन्याकुमारीपर्यंत पसरले होते. तिनेवेल्ली व मदुरा रामनाड हे जिल्हे आणि तिरुवितांकूरचा दक्षिण भाग एवढा प्रदेश त्यात समाविष्ट होता. मदुरा ही त्यांची राजधानी होती. रामायण, महाभारत, महावंश इत्यादी ग्रंथांत पांड्याचे उल्लेख आहेत. बुद्धाच्या निर्वाणानंतर काही दिवसांनी लंकेचा राजकुमार विजय व पांड्य-राजकुमारी यांचा विवाह झाला असे महावंशावरून कळते. कात्यायनाने 'पांडु' ह्या शब्दावरून व्युत्पत्ती सांगितली आहे. पांडवांशी पांड्य कुलाशी संबंध जोडणाऱ्या काही आख्यायिका दक्षिण भारतात प्रचलित आहेत. हेरेक्लीज याची कन्या पंडाइया हिच्या पित्याने हिला दूर दक्षिणेकडील राज्य दिले होते, असा उल्लेख आढळतो. पांड्यकवाटचे मोती व मदुरेकडील सुती वस्त्रे यांचा उल्लेख कौटिल्याने केला आहे. अशोकाच्या शिलालेखात दक्षिणेकडील शेजारील राज्य म्हणून पांड्य देशाचे उल्लेख आढळतात. कलिंग राजा खारवेल याला पांड्य राजाकडून मोती, मणी व रत्ने मिळाली होती. स्ट्रॅबो व टॉलेमी यांच्या ग्रंथात पांड्याचा उल्लेख आहे. त्या काळी पांड्यांचा परदेशांशी मोठा व्यापार चालत असे.

तमिळ संघम्-साहित्यात प्राचीन पांड्य राजांची नावे व त्यांच्या विषयीची

माहिती मिळते.

पाड्यांचा पहिला राजा मुदुकुदुमी पेरूवलुमी हा फार पराक्रमी म्हणून प्रसिद्ध होता. त्याने पुष्कळ लढाया मारल्या आणि यज्ञही केले.

त्याच्या पश्चात दुसऱ्या शतकाच्या आरंभी नेडुंजेलियन हा लहान वयातच राजा झाला. याने चोळ व चेर यांची आक्रमणे परवून लावली. एवढेच नव्हे, तर त्यांचा पाठलाग करून तल्लैयालंगानम् येथे त्यांचा पूर्ण पराभवही केला. हा स्वत: वैदिक ब्राह्मण धर्माचा अनुयायी होता. याने अनेक यज्ञयाग केले. हा स्वत: कवी होता व याने अनेक कवींना आश्रय दिला होता. त्या कवींनी याच्यावर पुष्कळ गीते रचली होती.

या वंशातील उग्र नावाच्या राजानंतर तिसऱ्या शतकाच्या अखेरीस पांड्य राजांची सत्ता जी नष्ट झाली होती, ती पुन्हा प्रस्थापित झाली. मधल्या ३०० वर्षांच्या कालखंडात तेथे उत्तरेकडून आलेल्या कलभ्रांचे राज्य असावे. परंतु त्या काळातला इतिहास अज्ञात आहे.

पांड्य वंशातील कडुंगोण आणि त्याचा पुत्र मारवर्मा अवनीशुलामणी यांनी कलभ्रांची सत्ता नष्ट करून पुनश्च पांड्य वंशाचे राज्य स्थापन केले. त्यातील राजा शेंदन किंवा जयंतीवर्मा याने इ.स. ६४५ ते ६७० पर्यंत राज्य केले. हा अत्यंत शूर व ज्ञानप्रिय राजा म्हणून प्रसिद्ध होता.

जयंतीवर्माचा पुत्र हरिकेसरी परांगकुश मारवर्मा याने इ.स ६७० ते ७१० पर्यंत राज्य करून पांड्य साम्राज्याचा पाया घातला तमिळ पंरपरेत प्रसिदध असलेला कुण पांड्य राजा हाच असावा. त्याने आपल्या राज्याच्या सीमेपलीकडे आक्रमणे सुरू केल्यामुळे पल्लव आणि चेर राजांश त्याचा संघर्ष सुरू झाला. अरिकेसरी याने शैव संत ज्ञानसंबंधर यांच्या प्रभावामुळे जैन-पंथ सोडून शैव पंथ स्वीकारला.

याच्या पश्चात कोच्चडैयन रणधीर हा पराक्रमी राजा झाला. चोळ व चेर राजे त्याच्या अंमलाखाली होते. त्याने कोंगु देश व मंगलपूरम् म्हणजे मंगलोर हे प्रदेश जिंकले होते.

यानंतर मारवर्मा राजासिंह-प्रथम, त्याचा पुत्र नेडुंजडैयन, श्रीमार श्रीवल्लभ, वरगुणवर्मा इत्यादी राजे झाले. शेवटी, शेवटी मात्र पांड्य राजसत्ता तेवढी प्रबळ राहिलेली नव्हती. परांतकवीर नारायण याच्या कारकिर्दीत चोळ राजाने पांड्यांकडून कोंगु देश घेतला. त्यानंतर नारवर्माराजसिंह-दुसरा या राजाने इ.स ९०० ते ९२० पर्यंत राज्य केले. चोळ राजाने याचा पराभव करून मदुरा ही त्याची

राजधानी घेतली; तेव्हा राजसिंह लंकेत पळून गेला. अशा प्रकारे पांड्यांचे पाहिले साम्राज्य अस्त पावले. नंतर सुमारे तीन शतके त्यांनी डोके वर काढले नाही. मधल्या काळात अनेक घडामोडी होऊन गेल्या आणि चोळांची सत्ता क्षीण झाल्यावर सन ११९० च्या सुमारास जटावर्मा कुलशेखर पांड्य याने स्वतंत्र राज्य सुरू केले. तंजावर, चिदंबरम् इत्यादी प्रदेश त्याने जिंकून घेतला.

पांड्य राजवंशात सन. १२५१ ते ६८ या काळात जटावर्मा सुंदर पांड्य नावाचा या वंशातील सर्वश्रेष्ठ असा सम्राट झाला. त्याने चेर, होयसळ, आंध्र, काकतीय, चोळ व बाण या सर्वांचा पराभव करून आपली सार्वभौम सत्ता प्रस्थापित केली होती. लंकेच्या उत्तर भागावरही त्याची सत्ता होती. नेल्लोर व कडप्पापर्यंत याचे साम्राज्य पसरले होते. त्यामुळे चोळांचे सर्व राज्य पांड्य साम्राज्यात विलीन झाले. जटावर्मा याने 'समस्तजगदाधार', 'हेमाच्छादनराज', 'महाराजाधिराज श्री परमेश्वर' इत्यादी अनेक पदव्या धारण केल्या. त्याला जे अमाप वैभव प्राप्त झाले होते, त्याचा त्याने दानधर्मात आणि चिदंबरम् व श्रीरंगम् येथील मंदिरांवर सोनेरी छत घालण्यासाठी विनियोग केला.

यानंतर काही पांड्य राजे झाले. पुढे या राजवंशात सत्तेसाठी यादवी माजली. तशात १३२९ साली दुसरे मुसलमानी आक्रमण झाले आणि पांड्यांची सत्ता हळूहळू क्षीण होऊन १६ व्या शतकाच्या प्रारंभी ती नष्ट झाली.

पल्लव

पल्लव राजवंशासंबंधी विद्वानांच्यामध्ये बरेच मतभेद आहेत. काहींच्या मते पल्लव हे उत्तरेतून आले, तर काहींच्या मते पल्लव हे वाकाटक शाखेपैकी एक होते. दुसऱ्या शतकात तमिळनाडूच्या काही भागावर आंध्रवंशी सातवाहनांची सत्ता होती. त्यांचे सामंत म्हणून पल्लव हे कांचीपुरम्वर राज्य करीत होते. चौथ्या शतकात समुद्रगुप्ताचे आक्रमण झाले आणि सातवाहनांचे साम्राज्य क्षीण बनले. त्या वेळी पल्लव राजे स्वतंत्र झाले आणि कांचीपुरम् येथे आपली राजधानी स्थापन करून स्वतंत्र राज्य चालविले. या वंशात सिंहवर्मा, शिवस्कंद वर्मा, विष्णुगोप इत्यादी राजे झाले सन. ५६५ ते ६०० या कालखंडात सिंहविष्णू नावाचा राजा होऊन गेला. त्याने पल्लव राजवंशाची कीर्ती पुष्कळ वाढविली. कलभ्र लोकांच्या आक्रमणाला आळा घालून चोळ-मंडळावर आपली सत्ता सप्रस्थापित केली. हा विष्णूचा उपासक होता. याने प्रसिद्ध संस्कृत कवी भारवी याला आश्रय दिला होता. सिंह विष्णूचा पुत्र महेंद्रवर्मा याने पुढे तीस वर्षे राज्य केले. हा या वंशातील एक श्रेष्ठ राजा मानला जातो. तो जसा पराक्रमी होता तसाच प्रतिभासंपन्न

साहित्यिक व संगीत तज्ज्ञही होता. याच्यानंतर नरसिंह वर्मा, त्याचा पुत्र महेंद्रवर्मा, परमेश्वर वर्मा, नंदिवर्मा, भीमवर्मा, नृपतुंगवर्मा इत्यादी राजे झाले. पल्लव राजे मुख्यत: शैव असले, तरी त्यांच्या राज्यात सर्व पंथांना पूर्ण स्वातंत्र्य असे. पल्लवांनी आर्य व द्रविड संस्कृतीचा समन्वय केला. पल्लवांच्या काळात तमिळनाडूमध्ये विलक्षण धार्मिक जागृती झाली. अनेक वैष्णव आणि शैव संत या काळात झाले. त्यांच्या काव्यामुळे लोकांना भक्तीचा महिमा समजला आणि तमिळ साहित्यात मोलाची भर पडली. त्या काळी कांची हे कलाकौशल्याचे व व्यापाराचेही मोठे केंद्र म्हणून प्रसिद्धीस आले.

पल्लव राजे रसिक व कलांना आश्रय देणारे होते. त्यांच्या कारकिर्दीत अनेक मोठमोठी मंदिरे बांधली गेली. तसेच उत्कृष्ट शिल्पकलाही साकार झाली.

विजयनगरचे साम्राज्य

कर्नाटकात हंपी येथे हे साम्राज्य स्थापन झाले होते. त्यापूर्वी तमिळनाडूच्या काही भागावर राष्ट्रकूट वंशाची सत्ता होती. चौदाव्या शतकाच मध्यास स्वामी विद्यारण्य यांच्या मदतीने हरिहर आणि बुक्कराय या दोन बंधूंनी तुंगभद्रेच्या काठी विजयनगर नावाची राजधानी स्थापन केली होती. त्या काळी दक्षिणेत मुसलमानांच्या स्वाऱ्या झाल्या होत्या आणि अल्लाउद्दिन खिलजीचा सेनापती मलिककपूर याने मदुरेवर हल्ला करून ती ताब्यात घेतली होती. दक्षिणेत हिंदूधर्म आणि संस्कृती यावर झालेला हा आघात थांबविण्याच्या हेतूनेच विजयनगरचे हिंदू साम्राज्य स्थापन करण्यात आले होते. हे हिंदू साम्राज्य सुमारे अडीचशे वर्षे सर्व दक्षिणापथावर शासन करीत होते. तमिळनाडूचा प्रदेशही या साम्राज्याच्या अंतर्गत अनेक वर्षे होता. या राजवंशात अनेक थोर सम्राट झाले. कृष्णदेवराय हा महान श्रेष्ठतेचा सम्राट होऊन गेला. तो स्वत: कवी व साहित्यकार होता. त्याने अनेक संस्कृत ग्रंथ रचले. त्याच्या दरबारात तमिळ, तेलगु, कन्नड आणि संस्कृत भाषेतील अनेक महाकवी होते. याने आदर्श राज्यवस्था ठेवली आणि व्यापारधंद्याची वाढ केली.

१६ व्या शतकाच्या उत्तरार्धात बहामनी सुलतानांच्या स्वाऱ्या दक्षिणेत सुरू झाल्या आणि त्या वेळचा विजयनगरचा राजा रामराज याचा त्यात पराभव झाला. मुसलमान आक्रमकांनी विजयनगर उद्‌ध्वस्त करून टाकले. कांचीपुरम् लुटले. अशाप्रकारे विजयनगर साम्राज्याचे पतन झाले आणि दक्षिणेत मुसलमानी राजवट आली. याच काळात विजयनगर साम्राज्यात तमिळनाडूमध्ये जे सामंत म्हणून होते त्यात छोट्या-मोठ्या राजांनी संधी साधून स्वत:चे स्वतंत्र राज्य

घोषित केले.

नायक

मदुरेवर तिरुमल नायक वंशाने आणि तंजावर येथे रघुनाथ नायक वंशाने राज्य केले. त्यांच्या कारकिर्दीत मदुरा अणि तंजावर ही राज्ये पुन्हा भरभराटीस आली. नायक राजांनी अनेक मंदिरे बांधली. कलांना उत्तेजन दिले. यानंतर पुढील काळात इंग्रज, फ्रेंच व मराठे यांची सत्तास्पर्धा येथे सुरू झाली; मात्र संपूर्ण तमिळनाडूवर कोणीच सत्ता गाजवू शकला नाही.

पुढे तंजावर येथे मराठ्यांची सत्ता होती. शहाजी भोसले यांनी बराच काळ तंजावर येथे शासन केले. त्यांच्यानंतर त्यांचा मुलगा व्यंकोजी राजे हा तेथील शासक बनला. ह्या काळात हे राज्य संपन्न होते. सुशासित होते. मराठी शासकांनी तमिळ, तेलुगू इत्यादी दक्षिणी भाषा शिकून लोकमानसाशी संपर्क ठेवला होता. तिकडील कवी, गायक, नर्तक इत्यादी कलावंतांना प्रोत्साहन दिले होते. महाराष्ट्रात शिवाजीराजे मोगलांची सत्ता उखडून हिंदवी स्वराज्याची स्थापना करण्याच्या प्रयत्नात होते. परंतु व्यंकोजीने तंजावरला शत्रूशी संधान बांधून काही वेगळाच घाट घातला. हे कळताच शिवाजीराजांनी चढाई करून ते कारस्थान मोडून काढले. पुढे शिवाजीचा मुलगा संभाजी याचा औरंगजेबाने वध केल्यावर दुसर मुलगा राजाराम मराठ्यांचा राजा झाला. त्या वेळी महाराष्ट्रात औरंजेबाने धुमाकूळ मांडला होता. अशा वेळी राजाराम तमिळनाडूमधील जिंजीच्या किल्ल्यात आश्रयाला आला होता.

इंग्रज

सुरुवातीला इंग्रज 'ईस्ट इंडिया कंपनी'च्या मार्फत व्यापार करण्यासाठी म्हणून तमिळनाडूत आले. मद्रासला त्यांनी आपली वखार उघडली. पुढे व्यापाराच्या संरक्षणाच्या निमित्ताने त्यांनी सैन्य ठेवले. त्या काळात तमिळनाडूमध्ये तंजावर मदुरा, पुदुक्कोटै, तिरुच्चिरापल्ली इत्यादी लहान लहान राज्ये होती. कर्नाटकाच्या नबाबाशी त्यांचा सतत संघर्ष चालू असे. पाँडेचेरीत फ्रेंच सत्ता होती. म्हैसूरमध्ये हैदरअल्ली व टिपू सुलतान राज्य करीत होते. फ्रेंच आणि इंग्रज यांच्या सत्तास्पर्धेत या लहान लहान राजांना ते वापरून घेत असत. तमिळनाडूमधील या लहान राज्यांमध्ये एकी नव्हती. त्यांच्यातील फुटीचा फायदा इंग्रजांनी उठविला आणि एकेक राज्य घशात टाकीत इ.स. १८०० च्या सुमारास साऱ्या तमिळनाडूवर आपला अंमल बसविला.

कट्ठबोम्मनसारख्या राजाने विरोध केला, वेलुथंपीसारखा वीर लढला;

पण इंग्रजांच्या प्रबल सत्तेपुढे त्यांना यश मिळाले नाही.

भारतीय स्वातंत्र्यासाठी जो लढा देशभर झाला त्यात तमिळनाडूच्या देशभक्तांनीही भाग घेतला. गांधीजींच्या नेतृत्वाखाली झालेल्या सत्याग्रहाच्या आंदोलनात तमिळनाडूमधील स्त्री-पुरुषांनी मोठ्या संख्येने भाग घेतला व देहदंड भोगला. शेकडो लोक तरूगात गेले. श्रीनिवास शास्त्री, राजाजी, सत्यमूर्ती, कामराज, सुब्बरायन् इत्यादी असंख्य स्वातंत्र्यवीरांनी आपले शौर्य प्रकट केले. स्वांतत्र्यलढात तमिळनाडू अग्रेसर राहिला.

राजाजी

१५ ऑगस्ट १९४७ रोजी भारत स्वतंत्र झाल्यावर स्वतंत्र भारताचे पहिले व्हाईसरॉय म्हणून तमिळनाडूचे सुपुत्र चक्रवती राजगोपालचारी ऊर्फ 'राजाजी' यांचीच नियुक्ती झाली होती. राजाजी हे केवळ तमिळनाडूलाच नव्हे, तर अवघ्या भारताला भूषण वाटावे असे 'भारतरत्न' होते.

स्वातंत्र्यानंतर भाषावर प्रांत रचना झाली; त्या वेळी जुना मद्रास इलाखा मोडून केवळ तमिळ भाषिकांचे 'तमिळनाडू' हे राज्य अस्तित्वात आले. प्रारंभी तमिळनाडूवर काँग्रेस मंत्रिमंडळाचे शासन होते. अलीकडे 'द्रविड मुन्नेत्र कळघम्' या संघटनेचे संस्थापक अण्णा दुराई हे चतुर, हुषार व लोकप्रिय नेते होते. द्राविड संस्कृतीविषयी त्यांना फार अभिमान होता.

राजकीय उद्रेकाच्या वेळी कधी कधी तमिळनाडूमध्ये वेगळेपणाची भावना प्रकट होते, भिन्नत्वाची भाषा उमटते; पण ह्या विविध तऱ्हेच्या भिन्नत्वातच भारतीयत्वाचे अभिन्नत्व साठलेले आहे. वेगळेपणातच एकसंधत्व आहे आणि हेच भारताचे वैशिष्ट्य आहे. 'एक देश एक जनता' हाच सर्वांचा मंगलघोष आहे.

★★★

३. लोक आणि लोकाचार

तमिळनाडूचा माणूस हा 'मद्रासी' म्हणून सर्व भारतात ओळखला जातो. इतकेच नव्हे तर, सर्व दाक्षिणात्यांना देखील सर्वसाधारणपणे 'मद्रासी' म्हणूनच संबोधिले जाते. द्राविड भाषा बोलणारा तो 'मद्रासी' असा एक गैरसमज झालेला दिसतो. परंतु या गैरसमजाला ब्रिटिशांच्या काळात त्यांच्या शासनव्यस्थेनेही थोडी पुष्टी दिली. त्यांनी दक्षिणेत 'मद्रास' इलाखा बनविला आणि त्यात कर्नाटक, आंध्र, केरळ या राज्यांचा काही ना काही भाग दाखल झालेला होताच.

आणखी एक कारण असे असावे की, सर्वसामान्यपणे भारताच्या सर्व प्रदेशांत 'मद्रासी' माणूस नोकरी-चाकरीच्या निमित्ताने सर्वदूर पोहोचलेला आहे. एक गंमतीची आधुनिक म्हणच आहे की, 'गूळ तिथं माशी आणि नौकरी तिथं 'मद्रासी' यातली गंमत किंवा कुत्सितपणा सोडला. तरी मद्रासी माणसाच्या काही गुणांचे श्रेष्ठत्व सांगणारीच ही म्हण आहे. एक तर मद्रासी माणूस हा मोठा जिद्दी, साहसी आहे. पोटासाठी घरदार सोडून जायला तयार आहे. तो तसा जातो आणि जाईल तिथं आपल्या अगच्या हुषारीने, कष्टाने नाव कमावतो. त्याला सारा भारत हेच आपले घर वाटते. ही वृत्ती नि:संशय थोर आहे. सर्वांशी जवळीक साधणारी, तशी श्रमप्रतिष्ठा जपणारी.

बरे, हा कुठेही गेला तरी तिथला होऊन जातो, पण आपला आपणही राहतो. म्हणजे कामाधामाला कचेरीत जाताना पँट-शर्ट चढवील, पण घरी मोहोल्ल्यात आला की, गुडघ्यापर्यंत दुमडलेली लुंगी लावील. आप्तेष्टमित्रांशी तमिळमध्ये बातचीत करील. इडली-डोशाचा समाचार घेऊन कडवट कॉफीची चव घेईल. त्याच्या विशिष्ट कॉफीलाही अन्यत्र मद्रासी कॉफीच म्हणतात.

द्रविड हे लोक आर्यांच्या आधीपासूनच तमिळमधले रहिवासी आहेत आणि त्यांची संस्कृतीही खूप सुधारलेली, प्रगत अशी होती. ती केवळ दक्षिणापथातच

राहिली असे नव्हे तर अन्य देशातही पोहोचली होती. आजही द्रविड संस्कृतीची चिन्हे सिलोन, जावा, सुमात्रा, बोर्नियो, मलाया इत्यादी भागात आढळतात. तमिळ लोक हे या द्रविड जमातीचेच एक अंग आहेत.

यांचा स्वत:चा असा एक दीर्घ इतिहास आहे. व्यापक संस्कृती आहे, आचार-विचार आहे. खाणे-पिणे आहे, वेशभूषा आहे, कला, साहित्य, संगीत, देवधर्म इत्यादी सर्व आहे.

प्राचीन तमिळ साहित्यावरूनही तत्कालीन लोक, लोकस्थिती व लोकाचार यांची कल्पना येऊ शकते. 'तोलकाप्पियम्' नामक ग्रंथावरून ध्यानात येते, की तत्कालीन तमिळ प्रदेशात पाच भिन्न भिन्न वर्गांचे लोक राहात होते. त्यापैकी प्रत्येकाचा आपला देव होता. आचार-विचारातही किंचित भिन्नता होती. भूमीचे पाच भिन्न विभाग केलेले होते. त्या भिन्नत्वानुसार तेथील लोक, त्यांचे उद्योग-धंदे, मनोरंजनाची साधने, देवदेवता इत्यादींचे वर्गीकरण केलेले होते.

जेथे जलाशय व शेती अधिक असते अशा समतल भू-प्रदेशात 'मरूदमक्कल' नामक लोक- म्हणजे समतलवासी राहात असत. त्यांची गावे छोटीशीच असत. त्यांच्या प्रमुखाला 'ऊरान' अथवा 'किलवन' म्हणत असत. शेतीभाती हाच त्यांचा धंदा होता. अन्य विभागातील लोकांच्या मानाने हे लोक अधिक सुसंस्कृत, सुधारलेले होते.

'मरूमद' नामक या भागात धान्य पिकत असे. मीठ, मासे इत्यादी वस्तू दुसऱ्या ठिकाणाहून आणल्या जात असत.

पर्वत-प्रदेशातील लोकांना 'करिंजि-मक्कल' म्हणत असत. ते जंगली जातीचे होते. लहान झोपडीतून राहत असत. त्यांच्या झोपड्यांचे समुदायाला 'शिककुडि' म्हणत असत. कंदमुळे आणि वन्य पशूंचे मांस हेच त्यांचे मुख्य अन्न होते. हे लोक शिकार करण्यात फार पटाईत असत.

वन-प्रदेशातील लोकांना 'मुल्लैमक्कल' म्हणत असत. पर्वत पायथ्याचा हा जंगली भाग होता. येथील लोक शेळ्या-मेंढ्या, गायी-म्हशी इत्यादी पशू पाळत असत. पहाडी लोकांपेक्षा हे अधिक सभ्य असत. समुद्रकिनाऱ्यानजीक राहणाऱ्या लोकांत 'नेयूदल मक्कल' असे म्हणत असत. हे लोक समुद्रकिनाऱ्याजवळ लहान, लहान गावे वसवून राहात असत. मच्छिमार आणि नौकानयन यात हे फार तरबेज होते. अन्य प्रदेशांशी मासे आणि मीठ यांचा हे व्यापार करत असत.

मरूप्रदेशातील लोकांना 'पाल्लैमक्कलज असे म्हणत असत. यातील बहुसंख्य लोक हे इतर प्रदेशातून काही ना काही कारणाने पळून आलेले असत.

नागपूजा

यांचा मुख्य उद्योग म्हणजे आसपासच्या गावात जाऊन चोऱ्या, लूट करणे. यांना 'कल्लर' व 'मरवर' असेही म्हणत असत. यावरूनही हे उघड होते की, हे दारू पीत असत व दारूचा व्यापार करत असत. हे युद्ध करण्यातही चतुर होते.

'तोलकाप्पियम्' वरून हे पाच वर्ग अनेक शतके अशा प्रकारे राहात आले होते असे दिसते. वास्तविक या वर्गीकरणात संस्कृतीच्या पाच श्रेणी दिसून येतात.

क्रमश: पर्वत, वन, समुद्रतर व समतल-या प्रदेशांमधील लोक उत्तरोतर उन्नती करत गेले आहेत.

'तोलकाप्पियम्'ने आणखी चार वर्गातील लोकांचा उल्लेख केला आहे. ते आहेत 'अरशर:' (राज्य करणारे-क्षत्रिय), 'अन्दणर'- (ब्राह्मण), 'वणिकर' - (व्यापार करणारे) व 'वेलालर' (शेती करणारे). अंतिम वर्गात उच्च-नीच असे दोन विभाग होते. त्यांची कामेही भिन्न भिन्न होती. त्यात शेती करणाऱ्या लोकांना समाजात प्रमुख स्थान होते. तमिळ लोक प्राचीन काळी निसर्ग-पूजक होते. त्यांची ग्रामदैवतेही होती. वृक्षपूजा व नागपूजा त्यांच्यात प्रचलित होती. तळी, झरे, नाले इत्यादी जलाशयांच्या ठायी दैवी सामर्थ्य असते, असा त्यांचा विश्वास होता. 'आकाशकन्निगे' नामक जलदेवतांवर त्यांची श्रद्धा होती.

मारीदेवतांना प्रसन्न ठेवण्यासाठी ते जत्रा भरवीत व पशुबळी अर्पण करीत. गावाबाहेर झाडाखाली किंवा खोपटात या देवतांची स्थापना केलेली असे. गावात रोगराई होऊ नये, गाव सुखी राहावे म्हणून या देवतांना प्रसन्न ठेवले जाई. प्रारंभी भूतप्रेतांचीही पूजा ते करीत असत.

परंतु कालांतराने त्यांच्यात सर्वशक्तिमान परमेश्वराची कल्पना उदित झाली व ते त्याची पूजाअर्चा करू लागले. आणखी काही काळाने 'शिव' ही त्यांची मुख्य देवता बनली. महेंद्रगिरी हे शिवाचे निवासस्थान मानले गेले. लिंगपूजा रूढ झाली, शैवपंथ विकसित झाला. वैष्णव पंथही रूढ झाला.

द्रविड लोकांचा पर्जन्यदेव होता. त्याचे गुणधर्म इंद्राप्रमाणेच होते, मात्र तो सोमरसाऐवजी 'पोंगळ' म्हणजे तांदुळाची खीर पीत असे. या साधर्म्यामुळे आर्यांचा इंद्र पुढे द्रविडांनीही स्वीकारला व तो त्याच्यासाठी यज्ञयाग करू लागले. यम ही मृत्युदेवता द्रविडांनीच ठरवली.

'मायोन' नावाचा पशुरक्षक देवही द्रविडांनी पूजेत आणला. तो मैदानी प्रदेशाचा देव असून गायींचा संरक्षक आहे. त्याचा वर्ण सावळा असून 'मुरली' हे त्याचे त्याचे आवडते वाद्य आहे. गोरस आणि क्षीरान्न हे त्याचे प्रिय पदार्थ आहेत. मुरलीच्या ध्वनीने सारा वनप्रदेश तो नादमय करून टाकतो, असे त्याचे वर्णन केले जाते.

'शेयोन' ह कुरूंजी-पहाडी प्रदेशाचा देव आहे. त्यालाच 'मुरगन' व 'सुब्रह्मण्य' असे म्हणतात. त्याचा वर्ण लालस आहे. हा प्रेमाचा देव मानला जातो उपवर मुली इब वरप्राप्ती झाली हातात भाला हे शस्त्र असते. हा शिकारी आहे. याचे निवासस्थान पहाडावर असते. याला कोर्रवाईचा पुत्र मानतात.स्कंदषष्ठीच्या दिवशी याची जत्रा भरते. पार्वती-पुत्र कार्तिकेय याच्याशी शेयोनचे पुष्कळच साधर्म्य आहे.

तमिळनाडूची देवता म्हणून 'कोर्रवाई' ही प्राचीनकाळापासून मानली जाई. पालै प्रदेशातील ही ग्रामदेवता वृत्तीने क्रूर, रक्तपिपासू व मद्यमांसाची भोक्ती होती. तिचे भक्त वाटमारी करण्यापूर्वी तिची पूजा करीत आणि मनासारखी लूट मिळाली तर तिला पशुबळी व नरबळीही देत असत. कालीच्या रूपाने पुढे हीच देवी पुराणात प्रविष्ट झाली असे मानतात.

प्राचीन तमिळ समाजातील प्रेम आणि विवाह याविषयीही साहित्यातून माहिती मिळते. प्रेमाचे, 'कलऊ' - म्हणजे प्रच्छन्न व 'करपु' - म्हणजे प्रकट असे दोन प्रकार होते. तत्कालीन काव्यातूनही याप्रकारे नायक-नायिकांचे प्रेम

वर्णिलेले आहे.

विवाहाचे आठ प्रकार सांगितलेले आहेत. गुप्त प्रेम हा गांधर्व रीतीचा विवाह होय. ब्राह्म, राक्षस, पैशाच, आर्ष इत्यादी अन्य विवाहपद्धती रूढ होत्या.

'युद्ध' हा एक तत्कालीन समाजातील प्रमुख विषय किंवा व्यवहार होता.

कालांतराने हळूहळू या पद्धतींमध्ये, रूढी-रिवाजांमध्ये बदल होत गेले. तथापि, विद्यमान तमिळ-समाजामध्येही चातुर्वर्ण्य रूढ आहे. अस्पृशता पाळली जाते. पूर्वीपेक्षा ही परिस्थितीही हळूहळू बदलत आहे. विशेषत: नवीन पिढी नव्या शिक्षणाने, नव्या विचाराने वाईट रूढी टाकत आहे. स्त्रियांच्याकडे पाहण्याचा दृष्टिकोणही आता बदलत आहे. पूर्वी शूद्रांप्रमाणेच स्त्रीलाही वागवले जाई. बालविवाह होत असत. शिक्षणात ती मागासलेली होती. परंतु आता तमिळ स्त्री देखील सुशिक्षित बनून समाजाच्या सर्व थरात समानतेने वावरू लागली आहे. जबाबदारीची पदे सांभाळून लागली आहे.

वेशभूषा

मद्रासी माणूस तसा साधासुधा आहे. त्याला एक लुंगी व कुडता 'शोव्व्माय' पुरतो. हवा उष्ण असल्यामुळे साहजिकच कपडेही कमी लागतात. खेड्यापाड्यांतून तर कमरेला लुंगीच फक्त असते. कुडता नसतोच. खांद्यावर एक पंचा 'कैक्कुड्डै' टाकलेला असतो. शहरात प्रौढ वयस्क उपरणे 'उत्तरीयम्' घेतात. उत्तरीयमचे काठ वर काढून केलेली चिंचोळी घडीदार पट्टी लक्ष वेधून घेते. डोक्यावर विशिष्ट पद्धतीने सुबक बांधणीचे पागोटे- 'तैल्लप्पागै' ते वापरतात. भारतात विशिष्ट पद्धतीच्या शिरोभूषणावरूनही त्या त्या प्रदेशातील लोक ओळखू येतात. राजस्थानी पागोटे, काठेवाडी साफा, पुणेरी पगडी, काश्मिरी टोपी, तसेच मद्रासी तल्लैप्पागै. तमिळनाडूमध्ये बहुसंख्य तरुण लोक तल्लैप्पागै किंवा अन्य काही डोक्यावर न घालतातच फिरतात.

स्त्रिया साडी - 'सेलै' नेसतात. चोळी 'इरविक्कै' घालतात. त्यांची साडी

नेसण्याची पद्धतीही वेगळी आहे आणि त्यांच्या साड्याही मोठा पट्टा किंवा चौकटी असलेल्या गडद रंगाच्या आणि मोठ्या काठाच्या असतात. मदुरा, कांजीवरम्, कोईंबतूर तेथील सुती आणि विशेषतः रेशमी साड्या प्रसिद्ध आहेत.

तमिळ स्त्रियांना अन्य स्त्रियांप्रमाणेच दागदागिन्यांची हौस असते. सोन्याचांदीचे दागिने 'नकैकळ' त्या वापरतात. हातात बांगड्या 'वळयल्', बोटात अंगठी- 'मूक्कुति' किंवा नथ-बुलाकु, कानात कर्णफूल - 'कांदणी', पायात पैंजण- 'संदगै' आणि कंबरपट्टा- 'ओट्टियाणम्' अशा प्रकारचे त्यांचे सर्वसाधारण अलंकार असतात.

खाणे-पिणे

दक्षिणेत भाताचे पीक बहुतेक भागात आहे. तमिळनाडूतही आहे. त्यामुळे तमिळ माणसाच्या जेवणात भात- 'सादम', आमटी- 'साम्बार', भाजी- 'करि' हेच पदार्थ असतात. चिंचेचे अथवा अमसुलाचे 'सारूं' किंवा 'रसम्' तर जेवणात हवेच. पापड- 'अप्पळम्, लोणचे- 'ऊरकाय', चटणी- 'चेट्नि', कोशिंबीर- 'पच्चडि' अथवा 'अवियल' ही तोंडीलावणी किंवा डावीकडची बाजू असते. वांगी- 'कत्तरिकाय', भेंडी - 'वेण्डेक्काय' कोबी - 'मुट्टेक्कोस', गोवारी- 'कोत्तुवरै', भोपळा - 'पूशणिक्काय' बआटा- 'उरूळैक्किळंगु, टमाआ- 'तक्काळि' इत्यादी भाज्या त्यांच्या जेवणात असतात. तांदळाचे, 'इडली', 'डोसा', 'उत्तपम्' 'खीर' इत्यादी पदार्थही करतात. जिलेबी, लड्डू, पेडा, बरपी, बताशा इत्यादी मिठाई- 'मिट्टायि' अणि सेवचिवडा- 'ओमप्पॉडी', भाजी-पुरी- 'कळंगुपुरी' इत्यादी पदार्थही त्यांच्या खाण्यात असतात. दूध- 'पाल', दही- 'तैरू', ताक- 'मोर' हे स्निग्ध, थंड पदार्थही जेवणात असतात.

बाहेर जेवणाला केळीचे पान असते आणि तेही आडवे मांडण्याची पद्धत आहे. केळीच्या हिरव्यागार पानांमुळे स्वच्छ आणि प्रसन्न वाटते.

लग्न-विधी

या मंगल-गंभीर सोहोळ्याला इकडे 'तिरूकल्याण' म्हणतात. सर्व लग्न-विधी यथासांग अग्नी-मंत्र-ब्राह्मण यांच्या साक्षीने पार पडतो. लाजाहोम, सप्तपदी, हे विधीही होतात. दक्षिणेत काही द्रविड आचार आहेत. तेही या सोहळ्यात

विधीयुक्त होतात. विवाहात वर वधूच्या गळ्यात 'मंगलसूत्र' बांधतो. हे सौभाग्य चिन्ह इकडे सर्वत्र आहे. त्याचे पावित्र्यही तेवढेच राखले जाते. द्राविड भाषेत मंगळसूत्राला 'तालि' म्हणतात. 'ताली' हे खरतर ताडाच्या झाडाचे नाव आहे. त्याच्या पानांनाही'तालि'च म्हणतात. विवाहाच्यावेळी तालिपर्णाचा एक तुकडा वधूच्या गळ्यात बांधला जात असे. हा रिवाज अद्यापही शिल्लक आहे. मात्र अलीकडे तालिपर्णाच्या ऐवजी सुवर्णाची मुद्रा वधूच्या गळ्यात बांधली जाते. तिला तालीच म्हणतात.

काही ठिकाणी श्रावणीच्या दिवशी यज्ञोपविता प्रमाणे 'ताली' बदलण्याचीही रूढी आहे. श्रावणातल्या पौर्णिमेला ब्राह्मण पुरुष जसे विधीयुक्त श्रावणी करून नवीन यज्ञोपवीत धारण करतात, त्याचप्रमाणे सुवासिनी देखील नदी-नाले तळी-समुद्र यांच्या काठी जमून आपली 'ताली' काढून जलदेवतेला अर्पण करतात व नवीन 'ताली' धारण करतात. या विधीच्या पाठीमागचा उद्देश असा की, वर्षाऋतूचे दिवस, श्रावणाचा महिना पाऊस धुवाँधार कोसळत असतो. नदी-नाल्यांना महापूर आला असतो. समुद्राला उधाण आलेले असते. सुवासिनी 'ताली' अर्पण करून प्रार्थना करतात, "हे जलदेवा. तुझे जसे पाणी वाढले आहे, तसेच माझे सौभाग्यदेखील वर्धिष्णु होवो."

निरनिराळ्या जाती-जमातींच्यानुसार निरनिराळ्या विवाह-प्रथा असतात. आदीवासी-गिरीजन यांच्या रीतिभाती वेगळ्या असतात. 'तोडा' आणि 'कुरूंब' जमातीमध्ये बहुपतित्वाची चाल रूढ आहे. चार-पाच भावांशी मिळून तोडा स्त्री लग्न करते. प्रत्येकाचे खोपटे वेगवेगळे असते आणि आळीपाळीने ती एकेका खोपटातल्या नवऱ्याचा संसार करते. लग्नात नवऱ्याने मुलीच्या बापाला एक रेडा द्यायचा असतो. तो दिला की लग्न झाले. मग मुलीच्या बापाने जावयाला रेडा देऊन मुलीला सासरी धाडायचे, अशी प्रथा आहे.

'कलियन' आदिवासींच्या लग्नात केशराच्या पाण्यात भिजवलेली दोरी वर वधूच्या गळ्यात बांधतो. हेच तिचे मंगळसूत्र.

'पुलयन' जमातीमध्ये दिवसा लग्न लावणे निषिद्ध आहे, म्हणून रात्री लग्न लावतात. वर-वधू एका थाळीत जेवतात.

'कणीकार' हे एकपत्नी व्रताने राहणारे आहेत.

'उरळी' जमातीत साटेलोटं करण्याची पद्धत आहे.

सण-समारंभ

भारतात अन्य प्रांतात जसे सण-समारंभ उत्सव, व्रते आहेत, तसेच ते

तमिळनाडूतही आहेत. सण-समारंभ किंवा व्रतवैकल्ये यांच्यामागे एक सांस्कृतिक सर्वस्पर्शी अशी शुभ-दृष्टी असते.

तमिळ वर्ष गणना सौरमान पद्धतीने होते. नवे वर्ष 'चित्तिरै' म्हणजे चैत्र महिन्यापासूनच असते. सूर्य जेव्हा 'मेष' राशीत प्रवेश करतो. तेव्हा 'चित्तिरै मादंगूळ' म्हणजे चैत्र मासाला सुरुवात होते. हा काळ बहुधा एप्रिल १३ अथवा १४ तारखेस येतो.

सूर्य जेव्हा 'वृषभ' राशीत प्रवेशतो तेव्हा 'वैकाशि मादंगळ' म्हणजे वैशाख महिना सुरू होतो. 'वृश्चिक' राशीत प्रवेशतो तेव्हा 'आनि' म्हणजे ज्येष्ठ महिना सुरू होतो. अशाच प्रकारे 'आडि' (आषाढ), 'आवणि' (श्रावण), 'पुरट्टाशि' (भाद्रपद), 'औप्पिशि (आश्विन), 'कार्तिकै' (कार्तिक), 'मार्गाळि' (मार्गशीर्ष), 'तै' (पौष), 'माशि' (माघ), 'पंगुनि' (फाल्गुन), हे महिने राशीपरत्वे येतात.

तिरूकल्याण

श्रावण शुद्ध चतुर्थी-पंचमीस रामेश्वर येथे मोठा विवाह-सोहळा प्रतिवर्षी थाटामाटाने साजरा होतो. या समारंभास केवळ तमिळनाडूमधलेच नव्हे, तर अन्य ठिकाणांहूनही अनेक भक्तगण रामेश्वर क्षेत्री श्रद्धेने जमा होत असतात. हा विवाह असतो शंकर-पार्वतीचा. चतुर्थीच्या दिवशी सती पार्वतीला वरदान मिळाल्याचा समारंभ असतो. तसे हे तिरुकल्याणचे पर्व आषाढातील कृष्ण अष्टमीपासूनच सुरू झालेले असते. चतुर्थीला सती आपल्या मंदिरातून निघून रामकुंड तीर्थावरील एका मंडपात तपश्चर्येला बसते. या वेळी असंख्य स्त्रिया येतात. सतीचे दर्शन घेऊन नानापरीची फळे, केळीचे पान भरून तिच्यापुढे ठेवतात.

दुपारच्या वेळी रामनाथाची मिरवणूक निघते. हत्ती, मंगलवाद्ये आणि भक्तगणासह वाजत-गाजत ही मिरवणूक रामकुंडापर्यंत जाते. जाताना सुवर्णाच्या नंदीवर शिवमूर्ती असते. पण परत येताना शिव व पार्वती अशा दोघांच्या मूर्ती असतात. मूर्तीच्या मिरवणुकीत मागच्या बाजूला चारी वेदांचा घोष चाललेला असतो. भक्तांचे भजनी मेळे झांजांच्या ठेक्यावर 'तेवारम्' या शैव पुराणातली गीते गात असतात-

मैय् मौयाम् उल्बैच चेय् दु
विरप्पु एनुम् वितै विति
पोय् म्मैयाम् कळैयै वाङ्गि

पोरै एनुम् नीरपै पाय् आच्चि

-सत्याच्या नांगराने आपल्या आत्मउद्यानाची नांगरणी कर. त्यात प्रेमबीजांची पेरणी कर. असत्याचे तण उपटून टाक आणि सहिष्णुतेच्या पाण्याने हे उद्यान शिंप त्याभोवती संयमाचे कुंपण घाल. अशा या उद्यानातून तेजस्वी अंकुर तरारून येतील पहा!

दुसरे दिवशी नागपंचमी. विवाहाचा मुहूर्त. सारे मंदिर-आवार तोरणे-पताकांनी सुशोभित होते. पार्वतीला मंगलसूत्र, रेशमी पाटाव येतो. नाना तऱ्हेच्या अलंकारांनी आणि पुष्पमाळांनी शिव-पर्वतीची जोडी सजलेली असते. सर्व विधी यथासांग झाल्यावर लग्न लागते. नंतरचे लाजाहोम इत्यादी विधीही होतात. चार दिवसांनी वरात निघते. जवळच्याच गंधमादन नामक टेकडीवर शिवाबरोबर पार्वती सासरी जाते. दोन-चार दिवसांनी परत येते. अशा रीतीने हा 'तिरुकल्याण' सोळा-सतरा दिवस चालतो.

वैकुंठ एकादशी

महाराष्ट्रात जेवढे महत्त्व आषाढी एकादशीला आहे, तेवढेच तमिळनाडूमध्ये वैकुंठ एकादशीला आहे. मार्गशीर्ष मासातल्या शुद्ध एकादशीला 'वैकुंठ एकादशी' म्हणतात. तमिळनाडूमध्ये हिला 'मुक्कोडी' म्हणतात. या दिवशी भगवान विष्णूंच्यासह तीन कोटी देव पृथ्वीतलावर अवतीर्ण झाले, म्हणून हिला 'मुक्कोडी' म्हणतात. आख्यायिका अशी आहे की, मुर नावाचा असुर पृथ्वीचे राज्य बळकावून

स्वर्गातल्या देवांनाही त्रास देऊ लागला होता. त्याच्या त्रासाला कंटाळून सर्व देव विष्णूकडे गेले. श्रीविष्णूने त्यांना अभय देऊन मुरासुराचा वध केला.

तमिळनाडूमधल्या वैष्णवांना आणि इतरेजनांनाही या दिवसाचे माहात्म्य फार वाटते. 'श्रीरंगम्' येथे या निमित्ताने एकवीस दिवसांचा महोत्सव साजरा होतो. या दिवशी विष्णूमंदिराचे 'वैकुंठ वारूळ' नावाचे द्वार उघडण्यात येते. दिवसभर उपवास करतात. रात्री हरीजागर होतो. श्रीविष्णूची महापूजा होते. विष्णुपुराणाचे वाचन चालते.

पोंगळ

तमिळनाडूमधला सर्वात महत्त्वाचा सण म्हणजे पोंगळ. संक्रांतीचा सण इकडे पोंगळ म्हणून साजरा करण्यात येतो. 'पोंगळ' याचा अर्थ आहे- तांदळाची खीर. ही खीर दुधात शिजवलेली असते. पोंगळाचा आदला दिवस 'भोगीपंडिकई' म्हणून साजरा होतो. भोगीचाच हा दिवस. हा दिवस इंद्रपूजेचा असतो. इंद्राच्या कृपेनेच शेतीभाती पिकून धनधान्य हाताशी आलेले असते.

परंतु इंद्राला याचाही एकदा मोठा गर्व झाला. म्हणून श्रीकृष्णाने एके वर्षी इंद्राला नेवैद्य न दाखवता तो गोवर्धन पर्वताला अर्पण करायचा असे सर्व गोकुळवासीयांना सांगितले. त्याप्रमाणे सर्वांनी केले. कारण गोवर्धनामुळेच त्यांना चारा-पाणी मिळत होते. पण या कृत्याचा इंद्राला राग आला आणि त्याने गोकुळावर अतिवृष्टी सुरू केली. श्रीकृष्णाने हे ओळखून सर्वांच्या सहकार्याने गोवर्धन पर्वतच उचलून धला आणि त्याखाली सर्व सुरक्षित ठेवले. इंद्राला पश्चात्ताप झाला. श्रीकृष्णाने मग त्याच्यावर दया करून परत सर्वांना इंद्रपूजा सुरू ठेवण्यास सांगितले.

संक्रांतीच्या पर्वकाळात तीर्थाच्या ठिकाणी स्नान करण्यात महत्त्व मानले जाते. हजारो लोक कावेरी स्नानासाठी तिरुवादी येथे जातात.

पोंगळच्या दिवशी घरोघरी सूर्यपूजा होते. सूर्य आता उत्तरायणात येत असतो. त्याच्यामुळे दिवस मोठे होतील. प्रकाश पुष्कळ मिळेल, रोगराई जाईल. शेतीभाती पिकेल अशी आशा असते. म्हणूनच ही सूर्यपूजा.

सूर्यपूजेबरोबरच वायूपूजा व वास्तूपूजाही करतात.

सूर्यपूजेसाठी जागा सारवून-शिंपून स्वच्छ करतात. तांदळाच्या पिठीने सूर्याचे चित्र रेखतात. दोन्ही बाजूंना संध्या आणि छाया अशा त्याच्या दोन भार्याही काढतात. स्नानोत्तर अंगणात सूर्यापुढे खीर शिजवतात. खीर उकळायला लागली की, 'पोंगळ ओ पोंगळे, असा मोठ्याने हाकारा करतात. खीर शिजली

कार्तिकेय - शिल्प

म्हणजे गणपतीला नेवैद्य दाखवतात. गाईला गोग्रास देतात. उरलेली खीर सर्वांना प्रसाद म्हणून वाटतात. घरोघर जाऊन एकमेकांना अभीष्ट-चिंतन करतात. या दिवशी एकमेकांना भेटले की, 'पोंगळ शिजला का?' असा प्रश्न विचारतात. 'हो. शिजला.' असे दुसरा उत्तर देतो.

संध्याकाळी पोंगळाची गाडगी, मडकी घेऊन, ग्रामदेवतेला नेवैद्य दाखवून येतात.

दुसऱ्या दिवशी 'मट्टुपोंगळ'. या दिवशी गो-पूजा असते. जनावरांना न्हाऊ घालतात. रंग लावून सजवतात, मिरवतात. पोळ्यासारखाच हा सण असतो. स्त्रियांचे हळदीकुंकू याच दिवशी असते.

गजपर्व

तमिळ स्त्रियांचे गजपर्व हे व्रत आहे. गजपर्व म्हणजे ऐरावत हत्तीचा उत्सव. हत्तीला भारताच्या संस्कृतीत एक विशेष असे स्थान आहे. हत्तीचे सान्निध्य लक्ष्मीशी आहे. अपार श्रीमंतीला उद्देशून 'गजांत लक्ष्मी' असा शब्द वापरतात. वैभवाचे चिन्ह म्हणजे हत्ती. पूर्वी हस्ती मंगल नावाचे स्तोत्र म्हणून त्याची पूजा केली जाई. अशाच तऱ्हेची पूजा तमिळनाडूमधील स्त्रियांनी आपल्या घरात लक्ष्मी नांदावी, आपले घर धनधान्याने समृद्ध व्हावे. अशा उद्देशाने सुरू केली आहे. अय्यंगार ब्राह्मणाच्या घरी याचा वसा घेतल जातो. कार्तिक पौर्णिमेपासून तीन दिवस हे गजपर्व चालते. पहिल्या दिवशी मातीचा हत्ती तयार करून त्याची पूजा करतात. दुपारी ब्राह्मणभोजन घालतात. सायंकाळी हळदीकुंकू करतात. तीन दिवस अशी पूजा आणि उत्सव केल्यावर चौथ्या दिवशी सायंकाळी घरची गृहलक्ष्मी हत्तीवर अक्षता टाकून त्याला एका चांदीच्या तबकत घेते. मग त्याच्या विसर्जनाची मिरवणूक निघते. या मिरवणुकीत स्त्रिया आणि मुली असतात. 'लक्ष्मीपद' नावाची गाणी या वेळी त्या सगळ्याजणी गातात. असे मिरवत मिरवत गावाजवळच्या उद्यानात त्या येतात. तिथे एका झाडाखाली हत्तीची स्थापना करतात व त्याच्याभोवती सगळ्या जणी गोल करून बसतात. या

वेळीही गाणी गातात, नाचतात आणि अखेरीस खिरापत खाऊन गजराजाचे विसर्जन करतात.

कौलुवु

अश्विन महिन्यात तमिळनाडूमध्ये नवरात्र बसते. या वेळीच कौलुवु हा उत्सव स्त्रिया आणि मुली उत्साहाने साजरा करतात. कौलुवु ही एक मातीच्या किंवा धातूच्या बाहुल्यांची आरास असते. तमिळ मुली आणि स्त्रिया वर्षभर आपल्या आवडीच्या विविध प्रकारच्या बाहुल्या वर्षभर जमवून ठेवतात आणि नवरात्रात त्या शृंगारून सजवून त्याची आरास मांडतात. निरनिराळ्या प्रकारच्या रांगोळ्या काढतात. सगळ्या आरशींच्या मध्यभागी सरस्वती देवीची एका मंगलकलशावर स्थापना करतात. नऊ दिवस पूजा-अर्चा आणि निरनिराळ्या पक्वान्नांचे नैवेद्य करतात. सायंकाळी हळदीकुंकू होते. 'कौलुवु अमर्चिन देवी' म्हणजे 'कलारूपाने आविष्कृत आणि मंडित झालेल्या सरस्वतीच्या दर्शनाला या' असे घरोघरच्या सुवासिनींना निमंत्रण दिले जाते. सगळ्या स्त्रिया जमल्या की, पूजा-आरती होते. घरची गृहिणी त्यांच्या ओट्या भरते, प्रसाद देते. घरोघरच्या मुली-बाळी या वेळी वस्त्रालंकारांनी नटलेल्या असतात. गडद रंगाच्या साड्या नेसणे आणि पाठीवर सोडलेल्या वेणीत विविधरंगी फुले माळणे हा तमिळहकन्यकांचा विशेष शृंगार असतो.

तमिळनाडूमध्ये ठिकठिकाणी स्थानिक देवदेवतांचे उत्सव दरवर्षी होतात. जत्राही भरतात. अशा प्रकारच्या जत्रा-यात्रा यांनी लोकजीवनात नवीन उत्साह संचारतो.

★★★

४. भाषा आणि साहित्य

भारतातील दक्षिण भाषांमध्ये 'तमिळ' ही एक अत्यंत प्राचीन आणि सुसंस्कृत अशी भाषा आहे. आर्य परिवारामध्ये संस्कृत भाषेला जे स्थान आहे, तेच स्थान द्रविड परिवारामध्ये तमिळ भाषेला आहे. संस्कृत, ग्रीक अथवा लॅटिन या भाषांप्रमाणे तमिळ भाषा देखील अमर आहे. तमिळच्या समकालीन प्राचीन भाषा पुढे इतक्या बदललेल्या आहेत की, त्या ओळखताही येत नाहीत. आणि त्यापैकी काही भाषा तर आता लोकांच्या बोलण्यातही राहिलेल्या नाहीत. परंतु तमिळ भाषा ही आज देखील आधुनिक भारतामधील एक सामर्थ्यशाली भाषा म्हणून वावरते आहे. तमिळ हीच एक मात्र भाषा प्राचीन असून आजही अभिनव आणि प्राणवती आहे. आधुनिक विचारांची अभिव्यक्ती करण्याचे सामर्थ्य तमिळमध्ये पुरेपूर आहे.तमिळ भाषेतील सर्वात प्राचीन असा उपलब्ध ग्रंथ 'तोलकाप्पियम्' या नावाचा आहे. या ग्रंथावरून असे सिद्ध होते की तोलकाप्पिमच्या निर्मिती पूर्वीही पुष्कळ काळ आधी तमिळ भाषा होती. आणि तिच्यात ग्रंथरचना केली जात होती. असे समजण्याचे कारण म्हणजे याच ग्रंथामध्ये भिन्न भिन्न प्रकारच्या काव्य लेखनाचे नियम आणि त्याचबरोबर ते नियम समजावून देण्यासाठी अनेक कवितांचे नमुने देखील दिलेले आहेत. ज्या ग्रंथामधून हे नमुने दिलेले आहेत ते ग्रंथ आज दुर्दैवाने उपलब्ध नाहीत 'तोलकाप्पियम्' हा ग्रंथ अडीच हजार वर्षांपूर्वीचा आहे, असे मानले जाते. म्हणजेच तमिळ साहित्याचा इतिहास देखील जवळजवळ तितकाच प्राचीन ठरतो. तमिळ भाषा तमिळनाडूमध्ये बोलली जातेच, पण त्याशिवाय सिलोनच्या उत्तर भागातही तमिळ भाषिकांची संख्या खूप मोठी आहे. तसेच ओडिसा, ब्रह्मदेश, मॉरिशस बेटे आणि अन्य ब्रिटिश वसाहती यामध्ये तमिळभाषिक लोक लहान-मोठ्या संख्येने विखुरलेले आहेत. सिलोमध्येच सुमारे दीड कोटी लोक तमिळ भाषिक राहतात.

इरूल, कुसुव, कोरव, कैकाडी आणि बरगंडी या तमिळच्या पाच बोली आहेत. यापैकी पहिल्या दोन बोली बोलणाऱ्या काही अल्पसंख्य जमाती नीलगिरी विभागात आहेत आणि उरलेल्या तीन बोली काही भटक्या जाती-जमातीत प्रचलित आहेत. शेन् (पूर्ण अथवा साधू) व कोडुन (ग्रामीण अथवा असाधू) अशी तमिळ प्रमाण भाषेची दोन रूपे आहेत. यातील पहिले रूप साहित्याचे माध्यम असून, दुसरी लोकांच्या नित्याच्या वापरात आहे.

तमिळ भाषेला तिची अशी स्वतंत्र लिपी आहे. तिला 'तमिळ लिपी' असेच म्हणतात. ही लिपी प्राचीन ब्राह्मी लिपीच्या एका विशिष्ट दक्षिणात्यशैलीपासून उगम पावलेली आहे. हिचे 'एळुत्तु' आणि 'वट्टेळुत्तु' असे दोन प्रकार आहेत.

कोळ म्हणजे काठी. ज्या लिपीतील रेषा काठीसारखी सरळ असतात, ती कोळ एळुत्तु लिपी होय. शिलांवर लेख कोरण्याच्या सोयीसाठी या विशिष्ट वळणाचा उगम झालेला दिसतो. दगडावर लेख करताना गोलाकार किंवा वक्र वळणे टाळून सरळ रेषेत लिहिणे सोपे असते. म्हणून कोळ एळुत्तु लिपीत गोलाकार किंवा मोडून लिहिणे टाळले आहे. चोळ आणि पल्लव राजांनी या लिपीचा विशेष पुरस्कार केलेला दिसतो. हिचा ग्रंथ आणि मलयाळम या लिप्यांशी फार जवळचा संबंध आहे. दुसरी वट्टेळुत्तु लिपी गोलाकार वळणांची आहे. वट्टे म्हणजे गोलाकार. संघम्‌चा प्रमाणभूत व्याकरण ग्रंथ 'अगत्तियम्' हा होता. तो अगस्त्यमुनीने रचल्याचे सांगतात. पहिल्या संघम् विषयी अशी आख्यायिका प्रसिद्ध झालेला आहे. ताडपत्रांवर सरळ रेषेंने लिहिले तर ते फाटते, म्हणून वळणापुढे वळणे काढीत लिहिण्याची ही पद्धती प्रचारात आली. या पद्धतीने लिहिताना लेखकाचे श्रम आणि वेळ ही दोन्ही वाचतात. हे खरे असले तरी हे लेखन वाचणे मात्र अवघड असते. या लिपीचा पुरस्कार चेर आणि पांड्य राजांनी केला.तमिळ भाषेतले अगदी प्रारंभीचे शिलालेख ब्राह्मीच्या दक्षिणात्य शैलीत आहेत. या शैलीत विशिष्ट तमिळ वर्णांना स्वतंत्र चिन्हे आहेत.

तमिळनाडूच्या दक्षिण भागातील लेण्यांतून आढळलेल्या शिलालेखांचा काळ सनपूर्व दुसरे-तिसरे शतक असा मानला जातो. या लेखांची लिपीही प्राचीन तमिळ लिपी आहे. यावरून या लिपीची प्राचीनता दोन हजार वर्षांहूनही मागे जाते.काही विद्वानांच्या मते वट्टेळुत्तु ही लिपी सनपूर्व ५०० च्या सुमारास निर्माण झाली व ग्रंथलिपी सनपूर्व दुसऱ्या शतकात आर्य ब्राह्मणांनी सुरू केली. सध्याची तमिळ लिपी त्या दोन्हीच्या मिश्रणाने बनली आहे.

सध्याच्या तमिळ लिपीत बारा स्वर आणि अठरा व्यंजने एवढेच वर्ण

आहेत. क ते प या पाच वर्गात एकूण दहाच वर्ण आहेत. नागरीतल्याप्रमाणे मधले तीन वर्ण या लिपीत नाहीत.

तमिळवर संस्कृतीत प्रभाव पडू लागल्यानंतर वर्णमर्यादेमुळे संस्कृत शब्दांचे लेखन करणे कठीण जाऊ लागले. त्यामुळे 'ग्रंथलिपी' नावाची एक नवी लिपी तयार करण्यात आली. ही लिपी आकार-प्रकारात द्राविड भाषांच्या लिप्यांशी मिळती-जुळती असली, तरी उच्चारण आणि क्रम या बाबतीत ती नागरी लिपीला धरून आहे. परंतु तमिळ साहित्य-क्षेत्रात ही लिपी प्रचलित होऊ शकली नाही.

तमिळ साहित्य अत्यंत प्राचीन आणि समृद्ध आहे. सुमारे ३००० वर्षांपूर्वी तमिळ भाषेत काव्यरचनेला प्रारंभ झाला होता. तमिळ प्राचीन साहित्याचे मुख्यत: तीन विभाग मानतात. १) इयल- म्हणजे साहित्य, २) इशै-म्हणजे संगीत आणि ३) नाटकम् - म्हणजे नाटक. परंतु आज प्राचीन साहित्यामधील इयल खेरीज अन्य ग्रंथ उपलब्ध नाहीत. असे सांगतात की, तमिळनाडूच्या प्राचीन इतिहासामध्ये कित्येक शतकांपूर्वी समुद्राला मोठी भरती आली आणि तिच्यात कवाटपुरम, दक्षिण-मदुरा आणि कुमारी नदीचा दक्षिणभाग बुडून गेला. या प्रलयातून ताडपत्रांचे जे ग्रंथ वाचले होते, ते मंदिरात, मठात आणि विद्वानांच्या घरात बराच काळापर्यंत उपलब्ध होते. परंतु त्यातील पुष्कळसे ग्रंथ कालांतराने वाळवीच्या भक्ष्यस्थानी पडले.

तमिळ- साहित्याचे कालखंड सामान्यत: पुढीलप्रमाणे पडतात -

१) संघम्काल - इसवी सनपूर्वी ५०० च्या पूर्वीपासून इ.स.च्या पहिल्या शतकाच्या अखेरीपर्यंतचा कालखंड.

२) महाकाव्यकाल - इ.स. दुसऱ्या शतकाच्या प्रारंभापासून सहाव्या शतकाच्या प्रारंभापर्यंत.

३) भक्तिकाल - सहाव्या शतकाच्या प्रारंभापासून आठव्या शतकापर्यंत.

४) कंबनकाल - नवव्या शतकाच्या प्रारंभापासून चौदाव्या शतकापर्यंत.

५) मध्यकाल - चौदाव्या शतकापासून अठराव्या शतकाच्या अखेरीपर्यंत.

६) आधुनिक काल - एकोणीसाव्या शतकाच्या प्रारंभापासून चालू काळापर्यंत.

संघम्काल

पहिल्या कालखंडाला 'संघम्काल' असे नाव पडण्याचे कारण असे सांगतात की, फार प्राचीन काळी कविवर्यांचे 'संघम्' संघटित होत असत. या 'संघम्' मधून कवी आणि विद्वान एकत्रित येऊन चर्चा करीत असत. आज-काल

भरणाऱ्या कवि-संमेलनाप्रमाणे अथवा साहित्य-चर्चेप्रमाणे या प्राचीन संघम्‌चे स्वरूप असावे. संघम्‌च्या बैठकीत कवींनी गायिलेल्या कवितांमधून निवडलेल्या कवितांचा संग्रह तयार करण्यात येत असे. अशा प्रकारचे नऊ काव्यसंग्रह म्हणजेच तमिळमधील प्राचीन साहित्य होय. प्रथम, मध्य व अंतिम अशा तीन काळांत संघम् -काल देखील विभागला जातो. प्रथम संघमचे ५५० कवी सदस्य होते आणि ४,५५० कवींनी यात भाग घेऊन आपल्या कविता सादर केल्या होत्या. या प्रथम संघम्‌चे केंद्र दक्षिण मदुरेमध्ये होते आणि ते अगस्त्य मुनींच्या हस्ते उद्‌घाटित झाले होते. या संघमचे नाव 'तल्लैच्चँगम्' असे होते. या संघाला ८६ राजांनी आश्रय दिला होता. त्यापैकी सात राजे स्वत: कवी होते. कथा आहे की, पांड्य वंशाची पहिली राजधानी दक्षिण मुदरा येथे होती. समुद्राच्या भरतीमध्ये ती एकदा बुडाली. त्यामळे पांड्य राजे उत्तरेत आले आणि त्यांनी ह्या ठिकाणी स्थापन झाला. या दुसऱ्या संघम्‌चे नाव 'इडैच्चंगम्' असे होते. छपन्न कवी याचे सदस्य होते. तोलकाप्पियर' हा अगस्त्य मुनीचा तमिळनाडूमधील मुख्य शिष्य होता. त्याने 'तोलकाप्पियम्' नावाचा जो व्याकरण ग्रंथ रचला तोच दुसऱ्या संघम्‌चा प्रमाणभूत ग्रंथ ठरला. ३६०० कवींनी आपल्या कविता या संघम्‌कडे धाडल्या होत्या. 'मापुराणम्', 'ईशैनुकुक्कम्', 'भूतपूराणम्' इत्यादी ग्रंथ त्यामध्ये प्रमुख होते. छपन्न राजांनी या संघम्‌ला आश्रय दिला. त्यापैकी पाच राजे स्वत: कवी होते. काही काळाने कवाटपुरम् ही राजधानी देखील समुद्रात बुडाली.

तिसऱ्या संघम्‌ची स्थापना मदुरेत झाली. इसवी सनपूर्व १५० च्या सुमारास स्थापन झालेला हा संघम् पहिल्या शतकाच्या अखेरीपर्यंत होता, असे मानतात. या संघम्‌चे ४६ सदस्य होते. नक्कीरर, शिरूमेदावियार इत्यादी कवी या संघम्‌मध्ये प्रमुख होते. नक्कीरर हा अध्यक्ष होता. सुमारे ४४९ कवींनी आपल्या रचना तिसऱ्या संघम्‌च्या कालावधीत सादर केल्या होत्या. ४९ राजांनी या संघम्‌ला आश्रय दिला होता. तमिळ साहित्याच्या दृष्टीने हा कालखंड अत्यंत महत्त्वपूर्ण असा होता. प्रेमभक्ती, नीती आणि वीरता या भावनांनी ओतप्रोत असे काव्य या काळात निर्माण झाले. या काळातली बहुतेक काव्यरचना उपलब्ध नसली, तरी 'एट्टुतोगै', 'पत्तुप्पाट्टु' आणि 'पदिनेणकीलकणक्कू' ह्या तीन रचना उपलब्ध आहेत. यामध्ये आठ भिन्न-भिन्न कवींच्या कवितांचा संग्रह आहे. 'पत्तुपाट्टु' मध्ये दहा काव्यसंग्रह आहेत आणि 'पदिनेणकीलकठाक्कू' यामध्ये शंभराहून अधिक काव्यपंक्ती आहेत. लहान, लहान सूक्ते आहेत. या काळात महाकाव्यसारखी दीर्घ रचना आढळत नाही.

तिरुवल्लुवर

संघम् काळातील कवितेचे एक वैशिष्ट्य असे आहे की, प्रत्येक कविता ही स्वतंत्र आहे. दुसरे वैशिष्ट्य असे आहे की, कवी स्वत: काही निवेदन करीत नाही, परंतु एखाद्या पात्राच्या तोंडून आपला विचार सांगतो. त्या काळातील कवी पात्रांच्या द्वाराच श्रेष्ठ प्रेमाची भावना, तसेच राग, अनुराग, विरह इत्यादी सर्व मानवीय भावनांचे चित्र रेखाटतो. आकर्षक कथा, वर्णन-सौंदर्य, अर्थ-गांभीर्य, हृदयंगमता आणि आदर्शांची महत्ता इत्यादी महाकाव्यात आवश्यक असणारे सर्व गुण संघम् कालातील कवितेत, गीतात आणि सूक्तात आढळतात. या गुणांच्या आधारावरच कालांतराने 'शिलप्पदिकारम्' सारख्या महाकाव्याची रचना झाली. हे महाकाव्य कलापूर्ण असून विभिन्न पात्रांच्या द्वारा गायल्या गेलेल्या गीतांच्या मालिकेनेच याची निर्मिती झालेली आहे.

संघम् कालातील 'तिरुक्कुरल' ही रचना सर्वश्रेष्ठ मानली जाते. 'पदिनेणकीलकणक्कू' मध्ये एकत्र केलेल्या संग्रहातला हा अठरावा ग्रंथ आहे. 'तिरुवल्लुवर' नावाच्या कवीने याची रचना केलेली असून याला 'कुरल' असेही म्हणतात. कुरलला 'तमिळ वेद' म्हणून गौरविले जाते. संघम् काळातील सर्वांत अखेरची, सर्वांपेक्षा प्राणवान आणि सर्वाहून अधिक लोकप्रिय अशी ही रचना आहे. २,००० वर्षे लोटली तरी कुरलची लोकप्रियता कमी न होता ती उत्तरोत्तर वाढतीच आहे. साने गुरुजींनी कुरलचे मराठीत भाषांतर केलेले आहे. कुरलचा रचनाकार 'तिरुवल्लुवर' याच्यासंबंधी किंवा त्याची जात, व्यवसाय इत्यादीविषयी देखील निश्चित अशी माहिती उपलब्ध नाही. मात्र दंतकथा अशी प्रचलित आहे की, 'आदि' नावाची एक हरिजन माता आणि 'भगवान' नावाचा एक ब्राह्मण पिता ह्यांचा पुत्र होता. 'एलेकशिन' नावाच्या एका व्यापाऱ्याच्या मुलाला शिकविण्यासाठी म्हणून याने 'कुरल' मधील सूक्ते रचली. यांची रचना दीड ओळीच्या 'कुरलवेणवा' नावाच्या छंदात केलेली आहे आणि ही सर्व रचना

१०-१० श्लोकांच्या १३३ अध्यायांमध्ये विभागलेली आहे. अरप्पाल- म्हणजे धर्मखंड, पोरूपाल- म्हणजे अर्थखंड आणि कामत्तुपाल- म्हणजे कामखंड अशा तीन खंडात ही रचना आहे. धर्मशास्त्र, अर्थशास्त्र आणि कामशास्त्र यांचे सार यात भरलेले आहे. कुरल म्हणजे तीन पुरुषार्थच. वानगीदाखल 'क्षमा' नावाच्या सूस्तवर्गातील ही तीन सूक्ते.

आपले पोट फाडणाऱ्यांचेही ही पृथ्वी पोषण करते, धारण करते,

त्याप्रमाणे तुला दुःख देणाऱ्यांचा सांभाळ कर. कारण यातच खरा मोठेपणा आहे.

सूडाचा आनंद एक दिवसच टिकतो, क्षमा करणाऱ्यांचे यश चिरंजीव आहे.

उपहास करणाऱ्यांच्या विषारी जिभेला जे शांतपणे सहन करतात, ते सर्व-संगपरित्याग केलेल्या संन्याशाहूनही थोर आहेत.

महाकाव्यकाल

पहिल्या आणि दुसऱ्या शतकाच्या कालावधीतच जैन आणि बौद्ध या दोन्ही धर्मांचा प्रचार तमिळनाडूमध्ये झाला होता. तिथल्या अनक राजांनी या धर्मांना आश्रयही दिला होता. सहाव्या शतकाच्या अखेरीपर्यंत हे दोन्हीही धर्म या प्रदेशात उर्जितावस्थेत होते. या काळात बौद्ध व जैन साहित्यकारांनी तमिळ भाषेत बरीच ग्रंथरचना केली. म्हणूनच या काळाला काही विद्वान 'जैन-बौद्ध काल' असेही म्हणतात. संघम् कालानंतरच्या या कालावधीत 'शिलप्पाधिकारम्', 'मणिमेखलै', 'जीवकचिंतामणी', 'वलयापति' आणि 'कुंडलकेशी' अशी महाकाव्ये या वेळी निर्माण झाली.

'शिलप्पाधिकारम्' हे नाट्यमय शैलीने लिहिलेले सर्वांगसुंदर महाकाव्य आहे. 'इळंगोअडिगळ' हा त्याचा कर्ता होय. यात कोवलन नामक एक वणिकपुत्र व कण्णकी नामक त्याची भार्या यांची विविध घटनांनी भरलेली रोमहर्षक कथा आहे. 'मणिमैखलै' हे महाकाव्य शिलप्पधिकारम्चाच उत्तरार्ध आहे. यात कोवलनला माधवी नामक गणिकेपासून झलोल्या मणिमेखला या नायिकेची रसपूर्ण कथा आहे. कूलवाणिगन् शात्तनार हा याचा कर्ता होय. 'जीवकचिंतामणी' हे महाकाव्य तिरुतक्कदेवर या जैन महाकवीने रचले. या काव्यात जीवक नावाच्या राजकुमाराचे चरित्र वर्णित आहे. यात शृंगाररसाला प्राधान्य देऊनही कवीने जैन धर्माचा प्रचार मोठ्या मार्मिक पद्धतीने केला आहे. वलयापती व कुंडलकेशी ही दोन महाकाव्ये उपलब्ध नाहीत.'पेरूंकदै' नावाचे एक महाकाव्य या काळात लिहिले होते.

उदयनाची कथा यात वर्णिलेली होती. या काव्यात जैन धर्माची अनेक तत्त्वे सांगितलेली आहेत. याचा बराचसा भाग नष्ट झालेला आहे. पण उरलेल्या भागातच १६,००० पंक्ती आहेत. यावरूनही हे महाकाव्य केवढे विशाल असेल याची कल्पना येऊ शकते.या काळात काही लघुकाव्ये देखील जैन आणि बौद्ध कवींनी रचली होती. त्यापैकी 'नीलकेशी', 'चूळामणी', 'यशोधरकाव्यम', 'नागकुमारकाव्यम्' आणि आणि 'उदयणकदै' ही लघुकाव्ये विशेष प्रसिद्ध आहेत.

भक्तिकाल

महाकाव्यकालानंतर दोनअडीच शतके तमिळ साहित्यामध्ये भक्तीची काव्यगंगा उमळून आली. या काळात शैव 'नायन्मार' वैष्णव 'आळवार' या पंथातील कवींनी बरीच भक्तीरचना केली. हे कवी उदयाला येत होते त्या सुमारास बौद्ध आणि जैन हे दोन्हीही धर्म उत्कर्ष पावलेले होते. त्यामुळे शैव आणि वैष्णव या कवींच्या विरोधाचे मुख्य विषय बौद्ध आणि जैन बनले. हळूहळू दोन्ही धर्मांची लोकप्रियता ओसरत गेली.

शैव संप्रदायाचे तिरुज्ञासम्बंदर, तिरुनावुक्करसर, सुन्दरर, माणिकवाचगर असे चार आचार्य झाले. यांना 'नायन्मार' असे म्हणतात.

वैष्णव संप्रदायाचे पोयगर आळवार, पुदत्ताळवार, पेयाळवार, तिरुमंगै आळवार, कुलशेखर आळवार, पेरियाळवार, आन्दाल, नम्माळवार, मधुर कविरायार इत्यादी बारा आचर्य झाले. त्यांना आळवार असे म्हणतात.

सर्व तमिळनाडूभर हे संत एका ठिकाणाहून दुसऱ्या ठिकाणी, एका मंदिरातून दुसऱ्या मंदिरात भ्रमण करीत असत. यांनी अनेक देवदेवतांच्या स्तुतिपर तसेच रहस्यपूर्ण गीते लिहिली आहेत. हे संत प्रत्येक गोष्टीत ईश्वरदर्शन घेत असत. त्यांनी ईश्वराला संप्रदाय किंवा पंथ या सीमांच्या पलीकडे नेऊन सामान्य जनतेपर्यंत पोहोचविले होते. याच विशाल दृष्टीने भक्ती आणि प्रेम यांनी ओथंबलेली त्यांची गीतरचना सामान्य जनतेच्या हृदयाला जाऊन भिडली. या भक्त कवींचे आणखी एक वैशिष्ट्य म्हणजे ते ईश्वराशिवाय कोणाचीही सत्ता मानीत नसत. स्वत:ला ईश्वराचा अवतार समजणाऱ्या राजाची देखील ते पर्वा करीत नसत. याबद्दल त्यांना खूप त्रासही झाला. परंतु ते नमले नाहीत. परम भक्त 'अप्पर' याने तर अशी घोषणा केली होती की, ''ईश्वराचे शिवाय आम्ही कोणाचेही प्रजाजन नाही. आम्ही प्रत्यक्ष यमालाही घाबरत नाही.''

शैव नायन्मार सुमारे त्रेसष्ठ, त्यात 'कारकाल अम्मौयार' नावाची एक

संत महिला होती. सर्व शिवभक्तांत तिचे स्थान श्रेष्ठ मानले जाते. चार मुख्य नायन्मारांनी लिहिलेली गीते 'तेवारम्' आणि 'तिरुवाचकल' या नावाने प्रसिद्ध आहेत. माणिक्कवाचकर हा कालमानाने सर्वांत पहिला आहे. हा प्रथम पांड्य राजांचा अमात्य होता. कालांतराने सर्व सोडून त्याने शैव धर्माच्या प्रचाराला स्वत:ला वाहून घेतले. 'तिरुवाचकम्' हा त्याच्या गीतांचा संग्रह प्रसिद्ध आहे. त्याने लोकगीताच्या धर्तीवर पदरचना करून गूढतम आध्यात्मिक तत्त्वे सोप्या, सुलभ भाषेत सांगितली आहेत. शिवस्तुती करताना तो म्हणतो-

अम्मैये अप्पा, ओप्पिला मणिये
अन्पिनिल् विलैन्द आरमुदें
पोम्मैयें पेरूक्की प्योलुदिनै शुरूक्कुम्
पुलुत्तलै पुलैयनेन तनुक्क
च्चेम्मैये आय शिवपदम अलित्त
शेंल्वमे शिवपेरूम्माने
इम्मैये उन्नै शिक्केन पिडिर्त्तेन
एंगेलुन्दरूलुवदिनिये

अर्थ - हे प्रेमळ व अमृतमय शंकरा, तू माझा माता-पिता आहेस. तू अद्वितीय मणी आहेस. मी एक क्षुद्र जीव असून, असत्याच्या आधारावर आपले जीवन व्यतीत करीत आहे. तू मजवर कृपा करून मला शाश्वत शिवपद दिलेस. मी या जीवनात मोठ्या निर्धाराने तुला प्राप्त करून घेतले. तू माझ्या मनात सर्वकाल विराजित राहण्याची कृपा कर.

'तेवारम्' ही गीतसंग्रह म्हणजे तमिळनाडूमधल्या शैवांचा वेद आहे. तेवारम्च्या द्वारे तमिळनाडूमध्ये शिवभक्तीचा महिमा सर्वत्र वाढला, परंतु शैव सिद्धान्ताचे तर्कशुद्ध विवेचन करणारा ग्रंथ या भक्तिकालात झाला नाही. तो पुढे बाराव्या शतकात झाला. 'मेयकंडदेव' नामक ग्रंथकराने शैव मताला प्रथमत:च दार्शनिक स्वरूप दिले. म्हणून त्याला गौरवाने 'तमिळ व्यास' असे म्हणतात. ह्याच्या ग्रंथाचे नाव 'शिवज्ञानबोधम्' असे आहे.

वैष्णव भक्तांना 'आळवार' असे म्हणतात. आळवार म्हणजे ईश्वराचा साक्षात्कार झालेले ज्ञानी संत अथवा रक्षक. आळवाराचे श्रीविष्णू हे मुख्य आराधना दैवत आहे. तमिळमध्ये त्याला 'पेरूमळ' म्हणतात. सर्वसमर्पणाच्या रूपाची आळवारांची भक्ती आहे. श्रीविष्णूच्या स्तुतीने भरलेली हजारो गीते यांनी

रचली, ठिकठिकाणी जाऊन ती म्हटली आणि लोकांना वैष्णवी प्रेमधर्माची शिकवण दिली. आळवारांनी रचलेल्या चार हजार गीतांचा एक मोठा संग्रह 'नालायिर दिव्यप्रबंधम्' या नावाने विख्यात आहे.

वैष्णव आळवारांच्यामध्ये 'आण्डाल' नावाची एक श्रेष्ठ दर्जाची संत कवीयित्री होऊन गेली. हिच्या भक्तिगीतांमुळे आणि परमश्रद्धेमुळे हिला 'तमिळेमीरा' असे म्हणात. मीरा विवाहित होती आणि आण्डाल अविवाहित होती. मीरेप्रमाणेच हिने आजीवन कृष्ण-कन्हैयाशिवाय अन्य कोणालाही आपले प्रेम आणि भक्ती समर्पित केली नाही.

कंबनकाल

भक्तिकाळानंतर परत एकदा तमिळभाषेत महाकाव्याची रचना होऊन लागली. हा प्रवाह नवव्या शतकापासून चौदाव्या शतकापर्यंत चालू राहिला. जुन्या आणि नव्या महाकाव्यरचनेत फरक पडलेला होता. नव्या महाकाव्याचे विषय 'महाभारत', 'रामायण' आदि संस्कृत ग्रंथांवरून घेतलेले होते आणि त्यांना संपूण रीतीने तमिळरूप दिले होते. तमिळचा सुप्रसिद्ध महाकवी कंबन् याने वाल्मिकी रामायणाच्या आधारावर तमिळमध्ये रामायणाची रचना केली. त्याला 'कंब-रामायणम्' असे म्हणतात. हे रामायण तमिळ जनतेत इतके लोकप्रिय ठरले की, त्यापुढे इतर सर्व महाकाव्ये फिकी पडली. इतकेच नव्हे तर, तो कालखंडही 'कंबन्काल' म्हणून ओळखला जाऊ लागला. एवढा प्रभाव कंपन्च्य्रचनेचा तमिळनाडूमध्ये पडला. तमिळ भाषेवर कंबन्चा पूर्ण अधिकार होता. त्याची प्रतिभा आणि भाषा एकरूप झालेली होती. त्याची वर्णन आणि चित्रणशक्ती अपूर्व आहे. कालिदासासारखा तोही उपमांचा सम्राट आहे. तमिळ साहित्यात कंबन्चे स्थान आणि महत्त्व हिंदीमधील तुलसीदासाच्या स्थानमाहात्म्यासारखेच आहे, तमिळ भाषा आणि साहित्य यांचे जाणकार कंबन्ला 'कविकुलभास्कर' आणि 'कवि सम्राट' या शब्दांनी गौरवितात.

रामायणाशिवाय कंबन्ने आणखीही काव्यरचना केली होती. त्यापैकी एक रचना तमिळ शेतकऱ्यांच्या जीवनावरची आहे. तिचे नाव 'एक एलुपदु' अथवा 'फल सतद्सी' असे आहे.

या काळातील आणखी एक महत्वाचा कवी 'पुगलेदू' या नावाचा होता. याने ४२४ कवितांचे एक लहानसे काव्य रचले. त्याचा विषय महाभारतील नलोपाख्यान हा आहे.कंबन् काळातील दुसरी एक अत्यंत लोकप्रिय रचना म्हणजे 'पेरियपुराणम्'. चोल राजाचा मंत्री शेक्कीलार याने ही रचना केली. या

काव्यात कवीने सामान्य लोकांच्या भाषेत त्रेसष्ठ शैव नायनमार संताची चरित्रे लिहिली आहेत. हे त्रेसष्ठ संत सामाजातील खालच्या जातीतील होते व त्यामुळे त्यांना प्रतिष्ठा प्राप्त झालेली नव्हती. परंतु 'पेरियम. पुराणम्' ग्रंथामुळे लोकांनी त्यांना मनसन्मान देऊन आपल्या हृदयात जागा दिली.'कंदपुराणम्' 'कलिंगत्तुपरणि', 'मेरूमंदारणपुराणम्', 'नेमिनाथम्','नान्नुल' आदी लहानमोठी काव्ये आणि अन्य विषयांवरील ग्रंथ देखील या काळात निर्माण झाले.

मध्यकाल

कंबन् कालानंतर चौदाव्या शतकाच्या अखेरीपासून ते एकोणिसाव्या शतकापर्यंतच्या काळाला मध्य काल असे म्हणतात. या काळात तमिळसाहित्यात अपूर्व किंवा नवीन अशी लक्षवेधी साहित्यनिर्मिती झालेली नाही. या काळात रचना झाली ती फार श्रेष्ठ दर्जाची मानली जात नाही. त्यातल्या त्यात 'विल्लिपुरत्तुरार' याने केलेला महाभारताचा अनुवाद उल्लेखनीय आहे.या काळात प्रामुख्याने जुन्या ग्रंथावर टीका आणि भाष्ये लिहिली गेली. एकट्या 'कुरूळ' ग्रंथावरच या काळात दहा टीका लिहिल्या गेल्या. त्याचप्रमाणे 'तोलगाप्पियम्','शिलप्पदिकारम्' आणि अन्य कितीतरी जुन्या ग्रंथावर टीका, भाष्ये लिहिली गेली. या समीक्षकांमध्ये इलाम्बूरण, परिमेलअक्कर, अरूमुग नवलार आणि नडिच्चनार्कियर यांचे स्थान महत्त्वपूर्ण आहे. त्यातही नडिच्चनार्कियर हा सर्वात श्रेष्ठ मानला जातो. तो मोठा विद्वान होता. एकेक शब्द आणि भाव यांची त्याला उत्कृष्ट पारख होती. दुसऱ्या शेकडो ग्रंथांतील समान अर्थाचे शब्द आणि भाव घेऊन तौलनिकदृष्ट्या तो ग्रंथ-परीक्षण करीत असे. परंतु हे सर्व पंडितांच्यासाठी होते. सामान्य लोकांना लोकांच्या आकलनापलिकडचे होते. ज्या तऱ्हेची भाषा ते लिहीत असे ती सामान्य लोकांना न कळणारी होती. या काळातील विद्वानांनी तमिळ भाषेत संस्कृत शब्दांचा अधिकाधिक भरणा करून आपल्यासाठी एक वेगळीच भाषा बनवलेली होती.

टीका आणि भाष्ये यांच्याशिवाय या काळात संस्कृत पुराणांचे अनुवादही पुष्कळ झाले. या अनुवादांची भाषा देखील संस्कृतनिष्ठ होती आणि सामान्य लोकांना न पेलणारी होती.

तमिळ साहित्याचा 'मंद गतीचा काळ' असे या काळचे वर्णन करतात. साहित्यिक प्रगतीमध्ये अडथळा येण्याचे एक मुख्य कारण म्हणजे या काळात तमिळ प्रदेशात सामाजिक जीवनात बरीच उलाढाल माजली होती. राजकीय दृष्ट्याही हा काळ अस्थिरतेचा होता. पुरातन तमिळ राज्ये अस्ताला गेली होती

आणि त्याच्या जागी कधी आंध्राचे तर कधी मुसलमानांचे, कधी मराठ्यांचे तर कधी इंग्रजांचे राज्य येत-जात असे. पहिली व्यवस्था नष्ट झाली होती आणि दुसरी नवी व्यवस्था स्थिर झालेली नव्हती. अशा अवस्थेत साहित्य-कलेची प्रगती मंदावणे किंवा तिच्यात अडथळे येणे हे स्वाभाविकच होतेइंग्रजी सत्ता आल्यावर देखील एका नव्या प्रभावामुळे ही प्रगती कुंठितच राहिली होती. कारण आतापर्यंत तमिळनाडूमधील सर्व कामकाज तमिळ भाषेतच होत असे. परंतु इंग्रजी राज्य आल्यावर तमिळचे स्थान इंग्रजीने घेतले. या बदलामुळे देखील बरीच अस्थिरता आली व गोंधळ झाला. भाषा आणि साहित्याच्या क्षेत्रात अशी प्रचंड उलाढाल कित्येक शतकात झालेली नव्हती. हळूहळू तमिळ भाषा ही आपल्या घरातच परकी बनली. केवळ तमिळ भाषाच नव्हे तर तमिळ भाषेचा आणि तमिळ चालीरीती या टाकाऊ आहेत असे समजणारा एक नवीन वर्ग तमिळनाडूमध्ये निर्माण झाला. इंग्रजी भाषा आणि रीतीरिवाज ह्यांचा प्रभाव खूपच वाढला. या परकीय प्रभावापासून तमिळ भाषा आणि संस्कृती यांचे संरक्षण करण्यासाठी तमिळ भाषेचे अभिमानी पंडित प्रयत्न करू लागले. परिणामी तमिळ भाषा सामान्य जीवनप्रवाहापासून आणखी दूर गेली. नदीच्या वाहत्या पाण्यासारखी ती न राहत डबक्यात साठलेल्या पाण्यासारखी बनली.

परंतु याचा अर्थ असाही नव्हे की, तमिळ भाषा आणि साहित्य मृतप्राय झाले. तमिळ साहित्यामध्ये याच वेळी एक असा प्रवाह वाहत होता की, जो समर्थ आणि जीवनाला स्पर्श करणारा होता. प्रतिकूल परिस्थितीनुसार हा प्रवाह काही काळ क्षीण आणि कमजोर बनला असला, तरी तो कधी लुप्त झाला नाही. ज्या वेळी तमिळ विद्वान संस्कृतनिष्ठ भाषेत पुराणांचे अनुवाद अथवा प्राचीन ग्रंथांवरील टीका लिहिण्यात दंग होते, त्याच वेळी जनतेशी संपर्क असलेले कवी स्थानिक देवदेवता आणि लोककथा यावर आधारित अशा अत्यंत लोकप्रिय पुराणांची आणि गीतांची रचना करीत होते किती तरी गीतांमधून आणि नव्या ढंगाने लिहिलेल्या पुराणकथांमधून त्या काळच्या जीवनावरचे चित्रण आढळते. १७ व्या शतकात आणि त्यानंतरही अशा प्रकारची गीत-रचना आणि कथा-लेखन पुष्कळच झाले. साहित्यिक भाषेमध्ये या गीतांना 'पल्लु कुरवंति' आणि कथांना 'नौनदियण्डु' असे म्हणतात. साहित्य जनतेपर्यंत नेऊन पोहोचविणारा हा प्रवाह पुष्ट करण्याच्या कामी सर्व वर्गातील, जातीतील आणि धर्मातील लेकखांनी सहकार्य दिलेले आहे. त्यात उमरू पुलवरसारखे मुसलमान कवी देखील होते. त्यांनी हजरत मुहम्मदांच्या जीवनावर 'शीरा पुरादण' नावाचे काव्य रचले. १७

व्या शतकाच्या मध्यास 'कुमरगुरूपर' नावाचा एक विद्वान कवी तमिळमध्ये होऊन गेला. त्याने मीनाक्षी पिळ्ळैत्तमिळ, तिरूमलै, मुरूगन्, पिळ्ळैत्तमिळ, तिरूवारूर, नान्मणि मालै, नीदिनेरी विळकम् इत्यादी प्रबंधकाव्ये लिहिली.

अठराव्या शतकाच्या प्रारंभीचा प्रसिद्ध संत तायुमानवर हा होय. हा अद्वैतवादी आणि विश्वप्रेमाचा प्रचारक असा कवी होता. या शतकात फादर बेस्की हा एक विदेशी कवी पुढे आला. त्याने तमिळ भाषेचे सखोल अध्ययन केले आणि 'तेंबावाणी' नावाचे एक महाकाव्य रचून त्यात येशू ख्रिस्ताची जीवनकथा गायिली. त्या काळात इतरही अनेक मिशनऱ्यांनी तमिळ गद्यसाहित्याचा विकास केला. वीरमामुनिवर या धर्मप्रचारकाने 'परमार्थ गुरूकथै' नावाच्या हास्यकथा लिहिल्या.१८ व्या शतकाच्या अखेरीस दोन प्रसिद्ध लेखक आणि कवी झाले. त्यांनी तमिळ साहित्य सामान्य जनतेपर्यंत नेण्याचा मोठा हातभार लावला. त्यांपैकी एकाचे नाव होते - 'अरूणाचल कवी' याने कंबन् रामायण बोली भाषेत कीर्तनगीता सारखे लिहिले. ते आजही तमिळनाडूमध्ये मोठ्या आवडीने लोक गात असतात. दुसऱ्या लेखकाचे नाव होते. 'आनंदरंग पिल्लै'. हा पाँडेचेरी येथील फ्रेंच गव्हर्नर डुप्ले याचा दुभाषी होता. त्याने आपल्या सोप्या भाषेत दैनंदिनी लिहिली होती. सुमारे ५० वर्षांपूर्वी ती प्रकाशित झाली आहे. हा एक निराळ्या ढंगाचा ग्रंथ असून इतिहासाच्या दृष्टीने याला पुष्कळ महत्त्व आहे.

आधुनिक काल

१८ व्या शतकाच्या अखेरीस व्यवहारातील तमिळ भाषा सरस आणि मधुर अशा साहित्यिक भाषेत परिवर्तित झाली होती. आणि याच वेळी तमिळमधील आधुनिक साहित्यलेखनाचा प्रारंभ झाला. रामलिंगस्वामी याने लिहिलेल्या 'तिरुअरूळ्पा' या काव्याचा खूपच गाजावाजा समलिंगस्वामीचे काव्य ईश्वराच्या उपासनेसाठी गायिले जाते. हा हरि-हराचा समन्वय साधाणारा होता. त्याने जो हा नवा उपासनामार्ग सांगितला तो 'समरस्सन्मार्गम्' या नावाने प्रसिद्ध आहे.

१९ व्या शतकाच्या मध्यास प्रसिद्ध विद्वान मीनाक्षीसुंदरम् पिल्ले आणि महामहोपाध्याय स्वामीनाथ ह्यांनी आधुनिक साहित्यात मोलाची भर टाकली. पिल्ले यांनी किती तरी लघुकाव्ये लिहिली आणि मोठी शिष्यपरंपरा निर्माण केली. गोपालकृष्ण भारती नावाच्या कवीने 'नंदनचरित्रम्' नावाचे काव्य लिहिले. हरिजन संत नंदनार याच्या चरित्रावर हे काव्य रचलेले आहे. या काव्यात कवीने लोकगीतांची शैली आणि ग्रामीण भाषा वापरलेली आहे. त्यामुळे हा ग्रामवासीयांचा आवडता कवी बनला. भावी काळातील नव्या काव्य-युगाचा अरुणोदय गोपाल

कृष्ण भारतीपासून मानतात.

वेदनायकम् पिल्ले याला इंग्रजी भाषेचे चांगले ख्रिस्तीही होता. तथापि, त्याचे भारतीय संस्कृतीवर अनन्यसाधारण प्रेम होते. याचीच 'प्रताप मुदलियार चरित्रम्' ही तमिळ भाषेतील पहिली कादंबरी मानली जाते. 'सुगुण सुंदरी' नावाची दुसरीही एक कादंबरी याने लिहिली होती.

आरूमुखनातर, नागनाथ पंडितर, दामोदरम् पिळ्ळै, इ. विद्वान हे लंकानिवासी होते. त्यांनीही कित्येक ग्रंथ रचून तमिळ भाषेच्या अभिवृद्धीला हातभार लावला. सूर्यनारायण शास्त्री, राजम् अय्यर, माधवैय्या इत्यादी उत्कृष्ट लेखक या काळात प्रसिद्ध झाले.या काळातील काव्यक्षेत्रात सुंदरम् पिल्ले आणि कृष्ण पिल्ले हे दोन कवी बरेच गाजले. काव्यक्षितिजावर चमकू लागले. या सुमारास छापखाने निघालेले होते आणि वृत्तपत्रांचे प्रकाशन होऊ लागले होते. राष्ट्रीय जागरणाचाच हा काळ होता. सामान्य लोकांमध्ये राष्ट्रभावना उदय पावली होती. सुब्रह्मण्यम् भारतानी या लोकभावनेला आपल्या समर्थ लेखणीने चेतविले. त्यांनी तमिळ भाषेचे पंडिती वळण झुगारून दिले आणि लोकप्रिय अशा नव्या छंदात व लोकांच्या सरळ बोली भाषेत आपली कविता लिहिली. ते सर्व प्रकारच्या बंधनांच्या विरोधी होते. त्यांनी आपल्या कवितेच्या द्वारा अस्पृश्यता आणि उच्च-नीच भावनेला विरोध केला. समानतेचा संदेश दिला. 'भारतगीत' नावाचा त्यांचा कवितासंग्रह ओजस्वी आणि प्रभावी आहे. मानवता आणि राष्ट्रीय एकतेची भावना त्यांच्या कवितेत भरलेली आहे, त्याच्या एका गीतामध्ये भारतमातेच्या अशा मंदिराची कल्पना केलेली आहे की, जिथे अठरा प्रकारची भाषा बोलणारे भारतातील विभिन्न जाती-धर्मांचे लोक एकत्र येऊन भारतमातेचे गुणगान गात आहेत. भारतातील सांस्कृतिक आणि ऐतिहासिक एकात्मता ते पुढील स्फूर्तिदायक शब्दांत गातात-

भारत समुदाय वालकवे-वाल्क वाल्क
भारत समुदाय वालकवे-जय जय जय ।
मुप्पतु कोटी जनगालिन संघ मुलुमैक्कुम पोतु उडैमै ।
ओप्पिलाद समुदायम् उलग तुक्कोरू पुदमै-वाल्क ।
मनि रूणवै मनितर परिक्कुम वलक्कम इनियुण्डो ?
मनितर नाहे मनितर पार्कुमवालक्कु इनियुण्डो ?
पुननिल । वाल्क्कै इनियुण्डो-नम्मिलन्द
वाल्क्कै इनियुण्डो ? - वाल्क ।।

भावार्थ- भारतसंघाचा जय असो. हा भारतसंघ तीस कोटी जनतेची संपत्ती आहे. हा अद्वितीय देश साऱ्या जगाला एक नवी वस्तू म्हणून प्रतीत होईल. माणसाने माणसाचे अन्न तोडणे, ही गोष्ट काय भविष्यकालातही चालू राहील? एक माणूस दु:ख भोगीत असता दुसरा काय पाहताच राहील? नाही, नाही, कदापि नाही, ही गोष्ट यापुढे होणार नाही. आम्ही असे नियम निर्माण करू आणि त्याचे पालन करू की, एकालाही पोटभर खायला मिळाले नाही, तर आम्ही साऱ्या जगात क्रांती करून सोडून आम्ही भारवासी एका वर्णाचे, एका वंशाचे आहो. आम्ही एका तोलाचे व एका मोलाचे आहो. आम्ही सगळे या देशाचे शासक आहो. सुब्रह्मण्य भारताच्या पश्चात त्यांचे काम आणि त्यांची परंपरा पुढे नेणाऱ्या कवींमध्ये देशी कविनायकम् पिल्ले आणि भारतीदासन् या दोन कवींना विशेष महत्त्व आहे. देशी कवीनायकम् योन 'ऑरनॉल्डच्या 'लाइट ऑफ इशिया' या सुप्रसिद्ध काव्याचा आणि उमर खैयामच्या रूबायांनाचा तमिळ-पद्यात अनुवाद केला होता. तसेच त्याने सुलभ सोप्या भाषेमध्ये बालसाहित्य लिहिले. दुसरा महत्त्वपूर्ण कवी भारतीदासम् याने युद्धविरोध आणि विश्वशांती यांचे समर्थन करणारी प्रभावशाली कविता लिहिली.प्रताप मुदलियार चरित्रम् या पहिल्या तमिळ कादंबरीनंतर आधुनिक काळात बऱ्याच कादंबऱ्या लिहिल्या केल्या आहेत. पुप्पुस्वामी मुदलीयार यांनी इंग्रजी कादंबऱ्यांच्या आधारे अनेक रहस्यप्रधान कादंबऱ्या तमिळमध्ये लिहिल्या. वड्डुबूर दुरैस्वामी, अय्यंगार, रंगराज इत्यादी लेखकांनी प्रभावी सामाजिक कादंबऱ्या लिहिल्या. 'कमलांबालचरित्रम्' ही राजम् अय्यर याची कादंबरी तमिळ वाचकांत खूपच लोकप्रिय ठरली. वेंकटमणी हे अर्वाचीन काळातील एक प्रसिद्ध कादंबरीकार आहेत. 'मुरूगन्' आणि 'देशभक्तन् कंदन्' या त्यांच्या कादंबऱ्या खूप प्रसिद्ध पावल्या. कल्लीकी हा सुधारणाचा पुरस्कार करणार कादंबरीकार आहे. त्यांच्या कलवनीन् कादली (चोराची प्रेमिका), शोलै मलै इदवरशी (शोलै मलैची राजकन्या) व अलै ओशै (लहरीची साद), इ. कादंबऱ्या उच्च कोटीच्या मानल्या जातात. तमिळमध्ये ऐतिहासिक कादंबरीचा श्रीगणेशाही त्यांनीच केला. शिवकामिनीयशदम् (शिवकामिनीची शपथ), पार्तिवन कनवु (राजाची स्वप्ने) अशा दोन कादंबऱ्या त्यांनी पल्लवकालीन इतिहासावर लिहिल्या आहेत. याशिवाय देवून, पी.एम्.कण्णन्, जी.ए.मणी हे लेखकही कादंबरीकार म्हणून गाजले. लक्ष्मी, वुहप्रिया, सरस्वती अम्माळ, अनुत्तमा या तमिळनाडूमधल्या महिला कादंबरीकार प्रसिद्ध आहेत.लघुकथेच्या

सुब्रह्मण्य भारती

क्षेत्रात सुब्रह्मण् अय्यर, भारती, के.एस्. वेंकटरमणी, माधववैय्या इत्यादी लेखकांनी महत्त्वाची कामगिरी केलेली आहे. चक्रवर्ती राजगोपालाचारी यांनीही अनेक उत्कृष्ट कथा लिहून तमिळ साहित्यात मोलाची भर घातली आहे. रामायण आणि महाभारत हे ग्रंथ देखील त्यांनी नव्याने लिहिले आहेत. कलकी हे विनोदी कथालेखक म्हणून प्रसिद्ध आहेत. रंगनाथन हे मनोवैज्ञानिक कथा-लेखनात पारंगत आहेत. त्याशिवाय बी.एस् रामैया राजगोपालन्, पुपुमैत्तीन, सोम, जग्न्नाथन्, नाडोडी, देवन्, तुमुलन, सरस्वती अम्माल, पिच्चमूर्ती इत्यादी कथालेखक तमिळ भाषी वाचकात लोकप्रिय आहे. नवे तरुण लेखक कथा लेखनाच्या क्षेत्रात नवनवीन प्रयोग करीत आहेत.तमिळ भाषेत नाट्यवाङ्मय देखील बरेच आहे. विविध प्रकारच्या नाटकांची वर्गवारी देखील प्राचीन टीका ग्रंथातून आढळते. प्राचीन कुरुळ ग्रंथात नाट्यशाळेचा उल्लेख आहे.तंजावर येथे मराठ्यांचे राज्य असताना तमिळमध्ये मदन-सुंदरपुरादन-सनादन-विलासम्, पुरुरव-चक्रवर्तीनाडगम्, शार्ङ्गधरनाडगम्, सिरतोंडनाडगम् अशी अनेक नाटके लिहिली गेली.१९व्या शतकात पौराणिक कथानकावर आधारलेली अनेक नाटके लिहिली गेली. अर्वाचीन काळात तमिळ भाषेत पहिले सामाजिक नाटक काशीविश्वनाथ मुदलीयार या नाटककाराने लिहिले. त्याचे नाव 'दंभाचारी विलासम्' असे होते. रंगभूमीवर याचे प्रयोग देखील गाजले. दुसरे संबंध मुद्लीयार हे जसे नाटककार होते, तसेच एक कुशल अभिनेताही होते. त्यांनी सुमारे ८० नाटके लिहिली. आचार्य सूर्यनारायण शास्त्रीयार, पी. सुंदरम् पिल्ले इत्यादी नाटककारांनीही नाट्यलेखन केलेनियतकालिकांच्या रूपानेही तमिळ भाषा आणि साहित्य यांचा नित्य विकास होत असतो. तमिळनाडूमध्ये किती तरी नियतकालिके प्रसिद्ध होतात. त्यांत 'लैमगल', 'अमुदसुरभि', 'कावेरी' ही मासिके, 'आनंद' 'विकटन्' 'कल्की', 'स्वदेशमित्रन्', 'कदीर' ही साप्ताहिके आणि 'दिनमणी' इत्यादी दैनिके लोकप्रिय आहेत. याशिवाय चित्रपट, रेडिओ इत्यादी आधुनिक साधनांच्या द्वाराही तमिळ साहित्याचा विकास होत असून ते जनतेपर्यंत पोहोचत आहे.

★★★

५. कलाप्रिय तमिळनाडू

मद्रासी माणूस जसा कष्टाळू, जिद्दी, हुशार आहे, तसाच तो मोठा रसिकही आहे. संगीताला, नाट्याला, नृत्याला त्याच्या जीवनात स्थान आहे.

संगीत

संगीतकलेची उपासना फार प्राचीन काळापासूनच तमिळनाडूमध्ये सुरू आहे. कर्नाटक संगीताच्या जोपासनेत व विकासात तमिळनाडूने मोठा वाटा उचललेला आहे. तमिळनाडूमधील मोठमोठ्या मंदिरांमधून संगीताचे सुस्वर आजही घुमत असतात. या कलेला इकडील राजांनीही आश्रय दिला होता. विजयनगरच्या साम्राज्यात तमिळनाडूचा काही भाग होताच. त्या रसिक सम्राटांनी संगीतकलेची उत्तम बूज राखली होती. त्यांच्यानंतर तंजावरचे नायक राजे व त्यांच्यानंतर आलेले मराठा राजे यांनी संगीताला आश्रय देण्याची परंपरा जतन केली होती. शहाजी राजांनी अनेक कवींना व गायकांना आश्रय दिला होता. त्यातच सुविख्यात संगीततज्ज्ञ त्यागराज यांचे आजोबा गिरिराज हे एक गायक होते.

संत त्यागराज हे इ.स.१७६७ ते १८४७ या कालखंडात होऊन गेले. त्यागराजांचा जन्म तंजावर जिल्ह्यात तिरुवरूर या गावी एका विद्वान ब्राह्मण परिवारात झाला होता. कर्नाटक संगीतात संत पुरंदरदासांच्या खालोखाल संत त्यागराजांचे स्थान श्रेष्ठ मानले जाते. त्यांनी तेलुगू भाषेत हजारो पदे रचली. विस्तृत राग-रागिण्या पुनरुज्जीवित केल्या. कर्नाटक संगीतात 'संगती'चा समावेश केला. या पद्धतीमुळे रसवृद्धी करण्यासाठी रागांचा भावानुसार विस्तार करणे गायकांना सुलभ झाले. त्यागराजांना 'नादब्रह्म' म्हटले जाते. या गायकांनी कीर्तन-संगीताची शैली लोकप्रिय बनवली. कीर्तनशैलीत साहित्य आणि संगीत यांचा उत्कृष्ट मेळ जमलेला आहे.

संत त्यागराजांच्या व्यतिरिक्त मुत्तुस्वामी दीक्षितार आणि श्यामा शास्त्री

त्यागराज

यांनी कर्नाटक संगीताची थोर सेवा बाजावलेली आहे. वडिवेलु, पोन्नय्य पिल्ले, चिन्नय आणि शिवसुंदरम् या संगीतकारांना 'तंजावून चतुष्क' या नावाने ओळखले जाते.

वीणा, मृदुंग, नागस्वरम्, घटम्, गोटुवाद्य ह्या वाद्यांची साथ संगीताला असते. तमिळनाडूमध्ये अभिजात स्वरूपाचा वाद्यवृंद 'नागस्वरम्' व 'तविल' या वाद्यांचा बनतो. या मुरलीमृदुंगाच्या युतीने कर्नाटक संगीत बहारदार बनले आहे. नागस्वरम् हे वाद्य तमिळनाडूच्या सामाजिक-सांस्कृतिक जीवनाचे एक अपरिहार्य अंग होऊन बसले आहे. कोणत्याही ऋतूमधील एखादा कार्यक्रम असो, मंदिरातील पूजा-अर्चा, लग्नसोहळा किंवा अन्य शुभ सण-समारंभ-उत्सव असो, नागस्वरम् शिवाय तो पूर्ण होऊच शकत नाही.

'नागस्वरम्' ही एक प्रकारची शहनाई अथवा सनई आहे. याला 'मुखवीणा' असेही म्हणतात. दक्षिणेत आणि विशेषत: तमिळनाडूमध्ये नगास्वरम् फारच लोकप्रिय आहे. श्रुती व लय या दृष्टीने नागस्वरम् अत्यंत श्रवणीय आहे.

'वीणा' या वाद्यालाही तमिळनाडूच्या लोकजीवनात श्रेष्ठ असे स्थान आहे. स्त्री-पुरुष, आबाल-वृद्ध सर्वच 'वीणावादनम्' वर लुब्ध असतात. बालचन्दर, चिट्टिबाबू आदी वीणावादक विख्यात आहेत.

'वेणू' अथवा 'मुरली' देखील लोकप्रिय आहे. सिक्किल, नीला व कुंजमणी हे प्रसिद्ध वेणुवादक आहेत.

लोकसंगीताला देखील तमिळनाडूच्या जन-जीवनात अपूर्व असे स्थान आहे. एकतारी, ढोलकी, मृदुंग, जमडिकी, डमरू, झांज, खंजिरी इत्यादी वाद्यांच्या साथीवर तमिळ लोकगीते खेडोपाडी निनादत असतात.

नृत्य

भरतनाट्यम् हे जगद्विख्यात नृत्य तमिळनाडूच्या भूमीने दिलेले आहे. भरताने नाट्यशास्त्र रचले. त्याला पुष्कळसे अनुसरून ह्या नृत्याची रचना असल्यामुळे

वाद्यवृंद

त्याला 'भरतनाट्यम्' असे म्हटले जाते. दक्षिणेत मंदिरसंस्था प्राचीन काळापासूनच समाजात प्रतिष्ठा पावलेली आहे. त्या मंदिराच्या आश्रयाने बहुतेक सर्व ललित कलांची वाढ झाली. भरतनाट्यम् ही नृत्यकलाही अशीच वर्धिष्णू बनली. भरतनाट्यम्ला फार प्राचीन काळी सदिरनाट्य असे म्हणत असत. मंदिरातील देवदासी हे नृत्य करीत असत. दोन हजार वर्षांची दीर्घ परंपरा याच्या पाठीशी आहे.

भरतनाट्यम्च्या उत्पत्तीसंबंधी काही आख्यायिका आहेत. त्यापैकी एक अशी आहे की, एकदा भरतमुनीने गंधर्व, किन्नर व अप्सरा यांचा नर्तकवृंद एकत्र करून संगीताच्या साथीसह भगवान शंकराच्या पुढे नृत्यप्रयोग सादर केला. तो इतका उत्कृष्ट वठला की शंकर प्रसन्न झाला. त्याने शिवगणांना त्यातील उणिवा दूर करून ते नृत्य परिपूर्ण करण्यास सांगितले. तेव्हा तंडू किंवा नंदिकेश्वर या शिवगणाने त्या नृत्याला आवेशयुक्त मर्दानी स्वरूप दिले. तंडूच्या नावावरून त्याला 'तांडव' नृत्य म्हणून लागले. परंतु पार्वतीने ते नृत्य स्त्री-सुलभ अशा ललित मनोहर स्वरूपात परिवर्तन केले. त्या नृत्यप्रकाराला 'लास्य' म्हणू लागले. मग भरतमुनीने नृत्याच्या या दोन्ही पद्धती आत्मसात केल्या आणि त्याचे शास्त्र बनवले.

दुसरी आख्यायिका, मंगलोर भागात जी प्रचलित आहे ती अशी की, एकदा इंद्राच्या निमंत्रणावरून अर्जुन स्वर्गात गेला. तिथे उर्वशीने त्याला हे नृत्य शिकविले होते. त्याचा उपयोग त्याला अज्ञातवासाच्या काळात विराटाच्या दरबारात बृहन्नडा नावाने नृत्य शिक्षिका बनून राहिला त्या वेळी झाला. तिथे त्याने हे नृत्य उत्तरेला शिकविले आणि कालांतराने ते विराटाच्या मत्स्य देशातूनच सर्वत्र पसरले.

भरतनाट्यम - एक नृत्यमुद्रा

भरतनाट्यम् हे प्रामुख्याने शृंगाररसाचा परिपोष करणारे नृत्य आहे. परंतु त्यात अन्य रसांनाही बराच अवकाश आहे. प्रणयगीतांबरोबरच त्यात भक्तिगीतेही सादर केली जातात.

भरतनाट्यम्‌मध्ये (१) नटुवा मेळ्याचे 'सदिर नाट्य'. याला देवदासींचे नृत्य म्हणतात. (२) तंजावर येथील भागवत संप्रदायाला अनुसरून केले जाणारे 'भागवतमेळा' हे नृत्यनाटक आणि (३) 'कुरवंजी, नामक ग्रामीण नाट्य असे तीन प्रवाह एकत्र झालेले आहेत आणि या तिन्ही प्रवाहांचे सुसंवादी मिश्रण म्हणजेच 'भरतनाट्यम्' होय.

भरतनाट्यम् ही अशा प्रकारे संमिश्र कला आहे. काव्य, नाट्य, संगीत, ताल आणि लय या सर्वांचा समावेश भरतनाट्यम्‌मध्ये होतो.

नृत्यातले कथाप्रसंग रामायण, महाभारत, पुराणे, महाकाव्ये इत्यादींतून घेतले जातात. त्या त्या प्रसंगातील त्या त्या व्यक्तीचे अनुकरण कलावंत करीत असतो आणि त्या अनुकरणातून एखादा गहन आशय प्रेक्षकांपर्यंत पोहोचविण्याचा प्रयत्न करतो. म्हणूनच भरतनाट्यम्‌ची साधना हा एक योग आहे, असे म्हटले आहे. योगामध्ये शरीराचे आणि मनाचे जडत्व घालवायचे असते, शरीराला चापल्य आणि मनाला भावग्रहणसामर्थ्य आणायचे असते. मुद्रा आणि डोळे बोलके करायचे असतात. भरतनाट्यम्‌मधील भाव हे आंगिक, वाचिक, सात्त्विक आणि आहार्य अशा तऱ्हेच्या चार अभिनय प्रकारांच्या द्वारा नर्तक व्यक्त करीत असतात.

भरतनाट्यम्‌च्या प्रयोगात मृदुंग, वीणा, व्हायोलीन, मुरली, झांज, चिपळ्या इत्यादी अनेक वाद्यांची साथ असते.

नाट्य, नृत्य व नृत्य ही भरतनाट्यम्‌ची त्रिसूत्री आहे. नाट्य आहे म्हणजे नाटक अथवा नृत्यनाट्य, नृत्त म्हणजे अभिनयशून्य पण शास्त्रशुद्ध नर्तन व नृत्य म्हणजे मुद्राभिनयासह सुसंवादी पदन्यास करीत विशिष्ट श्रेणीचे नर्तन होय.

भरतनाट्यम्‌चा प्रयोग अलारिप्पू, जातिस्वरम्, शब्दम्, वर्णम्, पदम्, तिल्लाना व नटनम् अडिनार या अनुक्रमाने करतात.

भरतनाट्यम् नृत्यासाठी विशिष्ट पद्धतीची वेशभूषाही असते.

भरतनाट्यम् नृत्याला आता आंतरराष्ट्रीय ख्याती लाभली असून रामगोपाल, कृष्णराव, कमला लक्ष्मण, यामिनी कृष्णमूर्ती, वैजयंतीमाला, पद्मिनी, रागिणी इत्यादी अनेक स्त्री-पुरुष नर्तक-नर्तिकांनी हे नृत्य रसिकप्रिय केले आहे.

'कडगम्' किंवा 'कडग अट्टम' नावाचे नृत्य तमिळनाडूमधील तिरुनेलवेली भागातील ग्रामीण जनतेत विशेष लोकप्रिय आहे. शेतीचा हंगम संपला, पीक हाताशी आले म्हणजे किसान मंडळी कडगम्मध्ये रंगून जात. पितळी चकचकीत हंडे फुलांनी सजवून एकावर एक असे मस्तकावर ठेवतात. यांना 'कडगम्' म्हणतात. 'नादस्वरम्' व 'नैयन्दिमेलम' या सनई-ढोलका-कृती वाद्यांच्या साथीवर नर्तक नाचतात. द्रुत गतीत मस्तकावरचे हंडे हात न लावता वरच्यावर फिरवतात व अपूर्व नृत्यकौशल्य प्रकट करतात.

रोगांच्या साथी येऊ नयेत म्हणून मरियम्मादेवीला पूजा बांधून हे नृत्य करतात.

अश्वनृत्य हे राज्यस्थानच्या कच्छी घोडा-नृत्यासारखेच असते. लाकडी घोड्याचा रंगीत सांगाडा कमरेभोवती तोलून धरून नर्तक नाचतो. त्याचा वेष दरबारी असतो. नादस्वरम् व कुंडलम् इत्यादी वाद्यांची नृत्याला साथ असते.

मदुराई, तिरुचिरुपल्ली, कोईंबतूर या भागात मंदिरांमधून 'ओयील अट्टम्' नावाचे धार्मिक नृत्य पुरुषमंडळी करतात. नर्तकांचा पोशाख भडक रंगीत असतो. एका हातात टिपरी व दुसऱ्या हातात ते रुमाल असतो. गोल फेर करून किंवा ओळ करून गाणी गात, टिपरीचा ठेका देत व हातातील रुमाल उडवीत हे नृत्य करतात. त्यात रंगून जातात.

याशिवाय 'कोल्लट्टम', 'पिन्नल कोलट्टम्' ही स्त्रियांची व 'चिंदू' इत्यादी पुरुषांची नृत्ये आहेत.

कुरवंजी

'कुरवर' नावाची एक वन्य जमात होती. हे लोक अतिशय नृत्यप्रिय होते. त्यांच्या नृत्यनाट्याला 'कुरवंजी' म्हणत असत. एखाद्या तीर्थक्षेत्री पर्वकाळी भाविकांची गर्दी जमली, की तिथे जाऊन हे लोक कुरवंजीचे प्रयोग करून पैसे मिळवीत असत. प्रारंभी ही नृत्ये म्हणजे केवळ अंगविक्षेप असत. वेशभूषा किंवा गीताभनिय हा भाग त्यात नसे. कालांतराने त्यात गीतांचा अंतर्भाव झाला व मग गीतांमधील अर्थाला अनुसरून अभिनय होऊ लागला.

कुरवंजी नृत्यनाट्यात प्रथम दोन पात्रे प्रवेश करतात. त्यातल्या पुरुषाला

कडगम - एक नृत्यमुद्रा

'सिंगडु' व स्त्रीला 'सिंगी' म्हणतात. 'कोणंगी' नावाचा विदूषक असतो. लक्ष्मी विष्णुलीला सारखे पौराणिक कथाविषय असतात. तमिळ भाषेत 'तिरक्कुट्रालक' 'कुंबेसर', 'अझगर', 'अर्धनारीश्वर', 'स्वामिमलै' इत्यादी कुरंवजी प्रसिद्ध आहेत.

'कुडेकुत्तु' नावाचे एक नृत्यदेखील तमिळनाडूत प्रसिद्ध आहे. सुब्रह्मण्याने एकूण अकरा प्रकारची नृत्ये केली, त्यातले हे एक आहे.

कथाकालक्षेपम्

तमिळनाडूमधील हा एक कीर्तनाचा प्रकार आहे. 'भागवतार' - म्हणजे कथेकरी - हा रामायण-महाभारतातल्या गोष्टी व संतचरित्र संगीताच्या आधारे श्रोत्यांना ऐकवतो. नीती, सद्विचार, भक्ती यांचा प्रचार या द्वारा होतो. महावैद्यनाथ अय्यर हे ६३ नायन्मासंवर कथाकालक्षेपम् सांगत. तंजोर कृष्ण भागवतार हे सन१८४७ ते १९०३ या कालात होऊन गेले; त्यांना आधुनिक कथाकालक्षेपम्चे जनक मानतात. त्यागराजप्रणीत संगीताची साक्षही याला असते.

चित्र

चित्रकलेचा विकासही तमिळनाडू प्रदेशात फार प्राचीन काळापासून झालेला आहे. सर्वत्र आढळणाऱ्या भव्य शिल्पकलेचा आधार ही विकसित चित्रकलाच आहे. प्राचीन तमिळ साहित्य, तसेच भवन, मंदिरे, राजमहाल या वास्तूंवर देखील तत्कालीन चित्रकारी दृष्टीस पडते. पांड्य राजांनी आपल्या राजप्रसादांच्या व मंदिराच्या भिंतीवर अनेक सुंदर-सुंदर चित्रे रेखलेली होती. पांड्याप्रमाणेच चोल, चेर, पल्लव इत्यादी ाजांनी चित्रकलेला मोठा आश्रय दिलेला होता. पल्लव राजा महेंद्र वर्मा याच्या एका शिलालेखावरून तत्कालीन चित्रशैलीची ओळख पडते. ही शैली 'दक्षिणी चित्रशैली' या नावाने लोकप्रिय आहे. तत्कालीन अनेक चित्रकारांनी महाबलीपुरम्, चितवासल इत्यादी ठिकाणच्या गुहामंदिरांच्या भिंतीवर चित्रे रेखलेली आहेत.

विजयनगरकालीन चित्रशैलीचा नमुना कांचीपुरमच्या एकांबरनाथ मंदिरात स्तंभांवर पाहायला मिळतो. देवदेवतांच्या चित्रांबरोबरच मानवाच्या विभिन्न अवस्था नृत्य, संगीत व हर्ष-विषाद इत्यादी भावभावनांचे चित्रणही केलेले दिसते. चोळ

चित्र-शैली तंजावरच्या बृहदीश्वराच्या मंदिरातील भिंतीवर आढळते. पल्लव-शैली चितन्नवाल येथील मंदिरात दिसते. मदुरेच्या प्रसिद्ध मीनाक्षी मंदिरातील भिंतीही प्राचीन चित्रशैलींनी नटलेल्या आहेत.

वास्तु-शिल्प

तमिळनाडूमध्ये भव्य मंदिरे, विशाल प्रासाद यांच्या रूपाने प्राचीन वास्तुकलेचे नमुने आजही पाहावयास मिळतात. द्रविड, बेसर व नागर अशा तीन प्रमुख शैली या वास्तूंमधून आढळतात. खडक कोरून मंदिरे बनविण्याची अभिनव कला प्रथमत: दक्षिणेत पल्लव राजांनी केली. सातव्या शतकात महेंद्रवर्मा व नरसिंह वर्मा हे कलाप्रेमी राजे होऊन गेले. त्यांनी शिल्पकलेचे पल्लव युग सुरू केले. महाबलीपुरम् येथे त्यांनी अनेक सुंदर शिल्पे निर्माण केली. ती मंडप व रथ अशा स्वरूपाची असून, त्यावर अनेक सुंदर मूर्ती कोरलेल्या आहेत.

त्यांनी कांची नगरीत सहाव्या शतकात उभारलेली पाषाणांची भव्य मंदिरे पाहून द्रविड वास्तुशिल्प कलेची साक्ष मिळते. पल्लवांनीच द्रविड शिल्पशैलीचा पाया घातला.

पुढे चोळ राजांनी ही परंपरा चालवली. मात्र त्यांच्या रचनेत एक वेगळेच नावीन्य होते म्हणून ती शिल्पकला चोळ शैली या नावाने प्रसिद्ध झाली. तंजावरचे राजराजेश्वराचे मंदिर हे चोळ शिल्पकलेचे उदाहरण आहे. बाराव्या-तेराव्या शतकात गोपुरांच्या रचनेत पांड्य राजवटीत थोडी सुधारणा झाली. विजय नगरच्या साम्राज्यात असताना तमिळनाडूत जी मंदिरे झाली त्यांचे शिल्प वेगळे आहे पण शिल्प नाजूक, देखणे आहे. कांजीवरम्, कुंभओणम्, श्रीरंगम् येथील काही

मंदिरे या शैलीत आहेत.

सतराव्या शतकातील द्रविड-शिल्पशैलीतील मदुरेचे मीनाक्षी मंदिर आजही तत्कालीन शिल्पकलेतील विकासाची व कसबाची साक्ष देत आहे. या वेळी तमिळनाडूमधील शिल्पकला उत्कर्षावर होती.

कोलम

अंगणात सडा-संमार्जन करून देखण्या सुबक रांगोळ्या रेखणे हे तमिळ

स्त्रीच्या जीवनातील अत्यंत आनंदाचे काम आहे. तमिळमध्ये रांगोळीला 'कोलम' असे म्हणतात. ज्या घरापुढे 'कोलम' रेखलेली नाही त्या दारात पाऊल घालू नये असे एक जुना संकेत आहे. शुभ्र कोलमने रेखलेले अंगण कसे प्रसन्न हसरे दिसते. घरही पवित्र-मंगल वाटते.

कोलम हा एक तांदळातलाच प्रकार आहे. या तांदळाचे बारीक, मऊ पीठ करून तेच कोलम रेखण्याठी वापरतात. कोलमच्या विविध प्रकारच्या किती तरी आकर्षक अशा आकृत्या आहेत. त्या मुक्तहस्त पद्धतीने रेखाटतात. कीध कोलमच्या मऊ पिठाने, तर कधी ते पाण्यात कालवून त्या द्रवाने ठिपक्यांची रचना जशी असते तशी बिन ठिपक्याचीही असते. वक्र आणि सरळ अशा मिश्र रेषांनी कोलम चितारतात. आंध्रच्या मुग्गूशी कोलमचे पुष्कळच साम्य आहे आणि दोन्हीवरही

द्रविड संस्कृतीचा दाट प्रभाव आहे.

पुराणकथांतील प्रसंगांवरही क्वचित प्रसंगी कुशल स्त्रिया रंगसंगती साधून कोलम नटवतात.

सण-समारंभाच्या वेळी, लग्नकार्याच्या वेळी कोलम स्वागतास पुढे हवीच. कोलम अशा प्रसंगी फारच शुभ मानतात. शुभत्व आणि सौंदर्य यांचा सुरेख मेळ तमिळ लोकांनी घातलेला आहे. त्यांच्या सुसंस्कत व रसिक मनाचीच ही खुण होय.

कलाकुसर

तमिलवासी प्राचीन काळापासूनच कलाकुसरीच्या वस्तू बनवण्यात विख्यात

आहेत. समुद्रसान्निध्यामुळे ते कुशल नाविक आहेतच. या नौकानयामुळे परदेशांशी व्यापार संबंधही खूप आला. त्यामुळे इथल्या कारागिरीलाही उत्तेजन मिळाले. कपडा विणण्याच्या कलेत तमिळ विणकर फार प्रवीण आहेत. जरीचा, रेशीम व सुती कपडा इटली आदी देशात जात असे. आजही काजीवरम्ची रेशमी व जरीची साडी विख्यात आहे. कोईंबतूर व सेलम येथील सुती कपडाही फार लोकप्रिय आहे. मोती, हस्तिदंताच्या नाजूक नक्षीच्या वस्तू व मूर्ती, शंख व शिंपल्यांच्या वस्तु, माळा, पितळेची घाटदार आकर्षक भांडी, समया, चटया, सतरंज्या, लाकडांची खेळणी इत्यादी पुष्कळ वस्तू तमिळ कारागिरीने मन वेधून घेतात. तमिळनाडू रसिक, कलासक्त वृत्तीचा आहे.

★★★

६. स्थलयात्रा

तमिळनाडूचे लोकजीवन व कलाजीवन जसे बहुरंगी, लोभस आहे, तसेच इथले स्थलदर्शनही प्रेरणादायी आहे. जुनी-नवी तीर्थक्षेत्रे, धारातीर्थे, उद्याने, विद्यापीठे, मंदिरे, शिल्प-खूपच पाहाण्यासारखे आहे.

चेन्नई

चेन्नई हे भारतातील तिसऱ्या क्रमांकाचे मोठे शहर आहे. त्याचे क्षेत्रफळ १२८ चौ.कि.मी. आहे. चेन्नईची लोकसंख्या अंदाजे ४६,८१,०८७ आहे. 'मरीना' या नावाचा ८ मैल लांबीचा सुंदर समुद्र-किनारा शहराला लाभलेला आहे. लांबीच्या बाबतीत त्याचा जगात दुसरा क्रमांक लागतो. चेन्नई हे आजकाल एक मोठे आधुनिक शहर बनले असून सर्व प्रकारच्या लोकांचा तेथे भरणा ओ. तथापि, पूर्वीच्या संस्कृतीची छाप अद्यापही या शहरावर प्रकर्षाने असल्याचे दिसून येते. मैलापूरजवळ पोर्तुगीजांनी २००० वर्षांच्या जुन्या थडग्याजवळ एक

चर्च बांधले तेव्हा मद्रास शहर वसले. शहरात इंडो-सॅरोसेनिक व मूरिश स्थापत्यविशेष असलेल्या इमारती आहेत. फोर्ट सेंट जॉर्ज हा किल्ला इ.स. १६५३ मध्ये बांधण्यात आला. सध्या त्यात राज्य-सचिवालय आणि विधानसभा ही सरकारी कार्यालये आहेत. याशिवाय १६० फूट उंचीचा दीपस्तंभ, हायकोर्ट, नॅशनल आर्ट गॅलरी, वस्तुसंग्रहालय,प्राणीसंग्रहालय हॉर्टिकल्चरल् गार्डन्स आणि सेंट मेरी चर्च (पौर्वात्य देशांत बांधलेले पहिलेच प्रॉटेस्टंट चर्च) या इमारती प्रेक्षणीय असून प्रवासी लोक त्या मुद्दाम पाहण्यास जातात. तसेच पार्थसारथी देवालय, मैलापूरचे कपालेश्वर मंदिर, तिरुवोट्टीयुरचे शिवालय ही धार्मिक व स्थापत्यदृष्ट्या महत्त्व असलेली चेन्नई शहरातील आणखी काही स्थळे होत.

मरीना किनाऱ्यावर वॉरमोरिअलपासून पुढे नव्याजुन्या, अनेक मोठमोठ्या, भव्या इमारती उभ्या असून त्यांनी किनाऱ्याचे व शहराचे सौंदर्य वाढविले आहे. चेन्नई विद्यापीठाच्या नव्या इमारती आणि पूर्वी विद्यापीठाचे कार्यालय असलेले सेनेट हाऊस शेजारी शेजारीच असून मद्रास विद्यापीठाच्या गेल्या एका शतकाच्या भरीव कामगिरीची संस्मरणीय स्मृती त्या जागृत करतात. त्यानंतर पुढे चेपॉक पॅलेस आहे. पूर्वी तो कर्नाटकाच्या नबाबाच्या मालकीचा होता. हल्ली तेथे सरकारी कचेऱ्या आहेत. त्याच्या शेजारी सुप्रसिद्ध प्रेसिडेन्सी कॉलेज आहे. इटॅलियन रिनेसन्स धर्तीवरील या कॉलेजची इमारत १६ व्या शतकात बांधलेली आहे. त्याच्यासमोर पोहण्याचा सार्वजनिक तलाव असून तेथे आधुनिक पद्धतीच्या सर्व सोयी उपलब्ध असतात. शहराचे अगदी दक्षिणेकडचे टोक म्हणता येईल अशा ठिकाणी एक फार मोठा अत्याधुनिक पथिकाश्रम आहे. तो सागराभिमुख असल्याने तेथे उत्तम शोभा दिसते. येथून पुढे रस्ता अड्यारकडे जातो. थिऑसॉफिकल सोसायटीचे मुख्य आंतरराष्ट्रीय कार्यालय अड्यारला आहे. सुप्रसिद्ध 'बनियन ट्री' (वटवृक्ष), ओरिएन्ट लायब्ररी आणि भरतनाट्यम् नृत्यप्रकारचे शिक्षण देणारे कलाक्षेत्र या संस्था प्रत्यक्ष जाऊन भेट द्यावी व पाहाव्यात इतक्या महत्त्वाच्या आहेत.

चेन्नई शहर एक औद्योगिक केंद्र म्हणून झपाट्याने विकास पावत आहे. इंटिग्रल कोच फॅक्टरी, मोठ्या रेल्वेवर्कशॉप्सचा पेरावूर येथील विभाग आणि रबरी टायर्स, सायकली, पोलद, ट्यूब्स या वस्तूंचे खुद्द अंबतूर येथील व भोवतालचे नवे कारखाने मद्रास शहराचे औद्योगिक महत्त्व वाढवीत आहेत.

राजभवन- हे चेन्नई राज्यपालांचे निवासस्थान गिंडी येथे आहे. या सुंदर शोभिवंत राजप्रसादाच्या भोवताली १००० एकर क्षेत्र असलेले मोठे उद्यान

आहे. या उद्यानाच्या शेजारीच बालक्रीडागृह (चिल्ड्रेन्स कॉर्नर) असून त्यात बदलकांपासून ठिपक्यांच्या हरणापर्यंत हरएक प्रकारचे प्राणी आहेत. भोवताली एक गोल खंदक आहे.

शहराच्या मध्यभागातून जाणारा 'माऊंट रोड' हे आजकालच्या फॅशनेबल लोकांच्या बाजारहाटीचे मुख्य ठिकाण होय. त्याची लांबी ७ मैल आहे. या रस्त्यावर दुतर्फा जंगी दुकाने, मोठमोठी अद्ययावत हॉटेले व करमणुकीची केंद्रे आहेत. शहराच्या उत्तरभागाला जॉर्ज टाऊन म्हणतात. तेथे लोकवस्ती दाट आहे. व्यापार व उद्योगधंद्याची शहरातील हालचाल प्रामुख्याने याच भागात चालते. येथून बंदर जवळच आहे.

चेन्नई शहरापासून ५० मैल परिघाच्या क्षेत्रात असलेली प्रेक्षणीय स्थळे पाहण्यासाठी प्रवाशाला मोटारीने एक दिवसात जाऊन परतता येते.

महाबलीपुरम्

महाबलीपुरम् चेन्नई दक्षिणेतस ३७ मैल अंतरावर आहे. रस्ता समुद्रकिनाऱ्याला लागूनच जातो. चिंगलपटवरूनही ग्रॅन्ड सदर्न ट्रंक रोडने महाबलीपुरम्ला जाता येते. मोठमोठे खडक व कडे खोदून तयार केलेल्या गुहागुंफांमध्ये येथे मंदिरे आहेत. तसेच विविध देखावेही खडकांच्या पोटात कोरीव काम करून काढलेले आहेत. ही शिल्पकला म्हणजे भारताच्या प्राचीनतम कलाकौशल्याची आणि इतिहासाची आजमितीस उभी असलेली साक्ष होय. महाबलीपुरम् समुद्रकिनाऱ्यावर वसलेले असून तेथे रमणीय निसर्गशोभा आहे. समुद्रावर साहसे करणाऱ्या पल्लव राजांच्या काळात महाबलीपुरम् हे एक नावाजलेले बंदर होते. आग्नेय आशियातील देशांमध्ये द्रविड संस्कृती आणि सुधारणा यांचा प्रचार करण्याच्या कामात त्यावेळी महाबलीपुरम् चा वाटा मोठा होता.

महाबलीपुरम्ची सुप्रसिद्ध प्राचीन शिल्पकला पाहताना पाषाण 'रथापासून' सुरुवात होते. हे रथ एका छोट्या टेकडीमध्ये खोदलेले असून संख्येने पाच आहेत. पहिल्या नरसिंह वर्मन राजाच्या काळी ते खोदलेले आहेत. अशा तऱ्हेची शिल्पकला ही भारतातील पहिलीच व प्राचीनतम् होय. या पाचांपैकी प्रत्येक रथाच्या मंदिराचे शिखर वेगवेगळ्या प्रकारचे आहे. खडकाच्या अगदी वरच्या भागापासून तेथे खोदकाम केलेले असून त्याचे एका खाली एक पाच मजले आहेत. दुसऱ्या रथमंदिराचे नाव 'भीमरथ' असे असून त्याच्या शिखराचा आकार गाडीच्या तट्ट्यासारखा आहे. तिसरे रथमंदिर अगदी पहिल्यासारखेच आहे. चौथे मंदिर सर्वांत छानदार असून त्याचा आकार रथासारखा आहे. त्यात महिषासुराचा

महाबलीपुरम येथील शिल्प

शिरच्छेद करणाऱ्या अष्टभुजा देवीची मूर्ती आहे. पाचवे रथमंदिर अजस्त्र हत्तीच्या आकाराचे आहे.

ही पाच रथमंदिरे पाहिल्यानंतर प्रवाशांच्या नजरेसमोर गुहा येतात. एका टेकडीवर अशा अनेक गुहा अनेक ठिकाणी खोदलेल्या आहेत. टेकडीवर एक दीपस्तंभ आहे. श्रीविष्णूच्या वराह अवताराचे नाव एका गुहेस पडलेले आहे. या गुहेत एक मोठा, प्रशस्त दिवाणखाना आणि एक भुयार आहे. महिषासुर या नावाची दुसरी गुहा दीपस्तंभाजवळ आहे. तिच्यात एका बाजूला सिंहावर बसलेली दुर्गादेवी असून दुसऱ्या बाजूस शेषाच्या वेटोळ्यावर पहुडलेले श्रीविष्णू आहेत.

रथमंदिराच्या तिसऱ्या भागात मोठमोठ्या खडकांवर निरनिराळे देखावे कोरलेले आढळतात. त्यात गोवर्धन पर्वत आपल्या करांगुलीने उचलणाऱ्या श्रीकृष्णाचे चित्र फारच मनोज्ञ आहे. या चित्राला उत्तम ग्रामीण पार्श्वभूमी दाखविलेली असून त्यात श्रीकृष्णाभोवती गोपी आहेत. दुसऱ्या एका देखाव्यात तपश्चर्या करणारा अर्जुन चितारला आहे. या चित्रात अर्जुनाप्रमाणेच इतर माणसे, अप्सरा आणि प्राणीही तपश्चर्या करीत असलेले दिसतात. हे कोरीव चित्र बहुधा जगातील सर्वात मोठे असावे. त्याचे क्षेत्रफळ १००० चौरस फुटांपेक्षा जास्त आहे.

जवळूनच एक मार्ग जातो. त्याचे पुढे गेल्यावर गणेशमंदिर लागते. हेही

मोठ्या अखंड शिलेत कोरलेले असून त्याला मजले आहेत. या मंदिराचे छत गाडीच्या तट्ट्यासारखेच आहे. त्यावर खूप बारीक नक्षीकाम केलेले आहे. ते नऊ नक्षीदार भांड्यासारखे वाटते. मंदिराच्या गोपुरावर वरील प्रकारचे नक्षीकाम केलेले असणे हे तमिळनाडूमधील मंदिराचे एक वैशिष्ट्य आहे.

यानंतर समुद्र-किनाऱ्यावरील मंदिर प्रेक्षणीय आहे. समुद्राच्या उच्छृंखल लाटा एकसारख्या या भिंतीवर आदळत, आपटत असतात. हे किनारी मंदिर कांचीपुरम्च्या पल्लवकालीन कैलासनाथाच्या मंदिरासारखे आहे. भक्कम बांधणीचे आणि बारीक नक्षीकाम असलेले हे मंदिर निळ्या समुद्राच्या पार्श्वभूमीवर फारच उठून दिसते. मंदिराच्या भिंती आणि समुद्राच्या लाटा यांच्यामध्ये एकमेकांच्या सामर्थ्याची अखंड स्पर्धा चालू असते. दूर पलीकडे झाडीच्या डोक्यावर ढग येऊन टेकलेले असतात. या सर्वांमुळे एखाद्या मनोहर चित्रासारखे येथे सौंदर्य अवतीर्ण झालेले भासते.

तिरुकालिकुंदरम्

या भागात येणाऱ्या प्रवाशाची यात्रा पक्षीतीर्थाला भेट दिल्याशिवाय पूर्णता पावणार नाही. महाबलीपुरम्पासून पक्षीतीर्थ ९ मैलांवर आहे, तेथे ५०० फूट उंचीवरील एका मोठ्या खडकाच्या टोकावर एक मंदिर आहे. या ठिकाणाबद्दल अशी एक धार्मिक समजूत आहे की, मंदिराच्या पुजाऱ्यांनी विधिपूर्वक दिलेला नैवेद्य भक्षण करण्यासाठी दररोज मध्यान्हीच्या सुमारास वाराणशीहून दोन घारी

येथे येथे येत असतात. ते पाहण्यासाठी रोज शेकडो यात्रेकरू येतात

कांचीपूरम

येथून पुढे ३० मैलांवर कांचीपुरम् आहे. धार्मिक दृष्ट्या कांचीपुरम्‌चे महत्त्व भारतात वाराणसीच्या खालोखाल मानले जाते. मद्रासहून कांचीपुरम्‌चे अंतर ४८ मैल आहे. मूळच्या पल्लव वंशातील अनेक हिंदू राजांची कांचीपुरम् ही पिढ्यान्-पिढ्या राजधानी होती. कांचीपुरम्‌मधील सर्वांत अधिक महत्त्वाची दोन मंदिरे म्हणजे विजयानगरच्या राजांनी बांधलेली 'एकांबरनाथ' आणि 'वरदाराजस्वामी' ही होत. एकांबरनाथ मंदिराला आठ मजली गोपुर आहे. त्याची उंची १८८ फूट आहे. मंदिरात अनेक खांब असलेला एक गाभारा आहे. त्यात एक खूप मोठे व अतिप्राचीन लिंग असून त्याला 'पृथ्वीलिंगम्' असे म्हणतात. हे दक्षिण भारताच्या पंचलिंगापैकी एक समजण्यात येते. बाकीची चार म्हणजे तिरुवण्णमलाईचे ज्योतिलिंगम्, जंबुकेश्वरम्‌चे अप्पुलिंगम्, कालहस्तीचे वायुलिंगम् व चिदंबरम् येथील आकाशलिंगम् ही होत.

कांचीपुरम् येथील आणखी एक प्रसिद्ध मंदिर म्हणजे वरदराजस्वामीचे देवालय. या देवालयाच्या सभामंडपाला १०० खांब असून देवस्थानात अतिशय मौल्यवान अलंकार व उंची जवाहीर आहे. सभामंडपातील खांबांवर घोडेस्वारांची चित्रे काढलेली आहेत. ग्रॅनाईटमध्ये केलेले हे अतिशय कल्पकतापूर्ण आणि अत्यंत कलामय काम दक्षिणेतील एकमेव असावे असे वाटते. मे-जून महिन्यात येथे गरुडोत्सव मोठ्या थाटाने केला जातो.

तिसरे महत्त्वाचे मंदिर म्हणजे कामाक्षीचे. श्रीमत् शंकराचार्यांनी वादविवादात येथेच बौद्ध तत्त्वज्ञांचा पराभव केला. इ. स. ७०० च्या सुमारास राजसिंहाच्या राजवटीत बांधले गेलेले कैलासनाथाचे मंदिर त्याच्यावरील शिल्पासौंदर्याबद्दल ख्याती पावले आहे. पल्लव-शिल्पकलेचा हा एक वैशिष्टपूर्ण नमुना म्हणता येईल.

कांचीपुरम् शहर पल्लव राजांनी बसविले. पूर्वी ते नुसते एक प्रसिद्ध कालाकेंद्रच होते असे नव्हे, तर विद्येचे नावाजलेले माहेरघर होते. श्रीमत् शंकराचार्य, अप्पर, शिरूतोंडर यांच्यासारखे महाविद्वान आणि सुप्रसिद्ध बुद्ध भिक्षू बोधिधर्म येथेच होऊन गेले. तसेच अर्थशास्त्रावर अधिकारपूर्ण ग्रंथ लिहिणाऱ्या चाणक्याचा जन्मही येथेच झाला, असे म्हणतात.

कांचीपुरम् येथे हातमागाचे फार उच्च दर्जाचे कापड तयार होते. विशेषत: तेथील रेशमी साड्या फार लोकप्रिय असून साऱ्या भारतातून त्यांना मागणी

असते.

श्रीपेरूंबुदुर

हे चेन्नई आणि कांचीपुरम् यांच्या मधोमध आहे. महान् वैष्णव आचार्य रामानुज यांचा जन्म येथेच झाला. त्यांच्या जन्माची स्मृती म्हणून तेथे एक मंदिर असून या मंदिराच्या सभामंडपाला १०० खांब आहेत.

वेडंथांगला

सदर्न ट्रंक रोडवर हे गाव मद्रासपासून ५४ मैलांवर आहे. येथे ७४ एकर क्षेत्र असलेले एक तळे सुरम्य वनश्रीच्या मध्यभागी गेली १५० वर्षे आहे. दरसाल सप्टेंबर ते मार्च या काळात सदर तळ्यावर भोवतालच्या प्रदेशातून हजारो पक्षी वास्तव्यासाठी आणि क्रीडेसाठी ॲाकर्षित होऊन येत असतात.

पूंडी जलाशय

चेन्नईच्या परिसरात वनभोजनास योग्य अशी अनेक ठिकाणे आहेत. चेन्नई शहराला पाणीपुरवठा करणारा पूंडी जलाशय शहरापासून ३७ मैल दूर आहे. पूंडी हे वनभोजनास उपयुक्त असे स्थळ असून तेथे हौशी प्रवाशांच्या सोयीसाठी काही निवासस्थाने बांधली आहेत. वनभोजनासाठी उपयुक्त आणि सोयीची अशी आणखी दोन स्थळे म्हणजे 'एन्नोर' गाव आणि 'कंपाकम्' टेकडी ही होत. एन्नोर चेन्नईपासून फ्कत ११ मैल दूर आहे. तेथे समुद्रस्नानाची सोय आणि किनाऱ्यापासून आतील पाण्यात जाऊन नौकाविहार करण्याची व्यवस्था केलेली आहे. कंपाकम् टेकडीच्या भोवताली खास राखलेले जंगल आहे. हे स्थळ चेन्नईपासून उत्तरेस ७४ मैलांवर असून तेथे मच्छिमारीसाठी चांगल्या जागा आहेत.

वेलोर

मद्रासकडून नैऋत्येस जाऊ लागल्यावर ८५ मैलांवर वेलोर समुद्रापासून आत आहे. वेलोरवर इतिहासकालात चोल आणि विजयानगर राजांनी राज्य केले. त्यानंतर काही काळ ते मराठ्यांच्या अंमलाखाली होते. या ठिकाणी १३ व्या शतकात बांधलेला एक किल्ला आहे.

किल्ल्याच्या आत एक मंदिर असून ते प्राचीन असले, तरीही आजमितीस अत्यंत उत्तम स्थितीत उभे आहे. या मंदिरावर केलेल्या शिल्पकामातून उच्च अभिरुचीची कला दृष्टीस पडते.

तिरुवण्णमलाई

वेलोरहून निघाल्यावर प्रवाशास वाटेत तिरुवण्णमलाई लागते. येथे कार्तिकात

हिंदूंची फार मोठी यात्रा भरते. त्या वेळी येथील शिवमंदिराच्या गोपुरावर असंख्य पणत्या लावण्यात येतात आणि लाखो यात्रेकरू तेथे जमतात. सुप्रसिद्ध संत रमण महर्षी यांची या गावी समाधी आहे.

सत्तनूर

पोन्निआर नदीवर असलेले सत्तनूरचे धरण तिरुवण्णलाईपासून २० मैलांवर आहे. काही टेकड्यांच्या मध्यभागी असलेल्या जंगलाच्या जागी हे धरण बांधण्यात आलेले आहे. या दगडी, पक्क्या धरणाच्या भिंतीच्या डाव्या बाजूच्या टोकापासून धरणाचे आणि भोवतालच्या परिसराचे मनोहर दृश्य दिसते. धरणाजवळच्या जागी एक उत्तम उद्यान तयार करण्यात आले असून तेथे पोहण्याची व्यवस्थाही आहे. हे काम म्हैसूरच्या वृन्दावन गार्डन्सच्या धर्तीवर केलेले आहे.

जिंजी

दक्षिण भारताच्या इतिहासात आणि लोकजीवनात ज्याला स्थान प्राप्त झाले आहे, असे हे आणखी एक गाव आहे. विजयनगरच्या राजांनी बांधलेला एक किल्ला येथे आहे. तीन टेकड्यांच्या सान्निध्याने बांधलेल्या या किल्ल्याला संरक्षणाच्या दृष्टीने चांगली मजबूती आहे. राजगिरीतील सभागृह, टेकड्यांच्या पायथ्याशी असलेले देवालय आणि त्याच्या जवळचाच तलाव ही तीन स्थळे म्हणजे प्रवाशांसाठी प्रबल आकर्षणेच होत. रजागिरीला उत्तरेकडील बाजूने जाता येते. २५ फूट रुंदी व ६० फूट खोल असा एक चर येथे असून ते ओलांडून पलीकडे जाऊ शकणे ही गोष्ट पूर्वी अशक्य मानली जात होती. पण आता त्याच्यावर एक साधा, कच्चा बांबूचा पूल बांधला असून दोन्ही भूभाग त्यामुळे जोडले गेले आहेत. जिंजी विजयानगरच्या राजवटीखाली चार शतके राहिली. त्यानंतर मराठे, मोगल व फ्रेंच यांचा अंमल काही काळ तेथे होता आणि शेवटी १७६१ मध्ये ती. ब्रिटिशांच्या ताब्यात आली. जिंजीचे अंतर तिंडीवनम् रेल्वे स्टेशनपासून १८ मैल व चेन्नईपासून ७६ मैल आहे.

येर्काड

येर्काड टेकड्या सेलमपासून मोटार रस्त्याने २० मैलांवर आहेत. या टेकड्यांची उंची ४ ते ५ हजार फूट असून त्यांच्यावर कॉफीचे मळे आहेत. तेथे संबंध वर्षभर छानदार हवा असते. ती आरोग्यवर्धक आहे. सुंदर तळी, धबधबे, उंचच उंच शिखरे वगैरेमुळे या स्थळाला मोठे आकर्षक रूप प्राप्त झाले आहे. त्यापैकी 'होगनकल' हा खूप मोठा धबधबा प्रत्येकाने एक वेळ जरूर पाहावा असा आहे.

कोईमतूर

निलगिरीकडे जाणाऱ्या मार्गावर वसलेले कोईमतूर हे मद्रास राज्यातील कापड-उत्पादनाचे एक अत्यंत महत्त्वाचे व एक मोठे केंद्र आहे. पेरूरचे देवालय, चहाचे व कॉपीचे मळे, सागवानाच्या लागवीडीची जंगले, मदुराई येथील सिमेंटचा कारखाना आणि लोअर भवानी व अमरावती यांच्यावरील पाटबंधाऱ्यांचे प्रकल्पही प्रवाशांना भेट देण्यासारखी प्रमुख स्थळे होत.

लोअर भवानी प्रकल्प पाहण्यास मेट्टुपाल्यम्हून जाता येते. ते अंतर २२ मैल आहे. ३० चौरस मैलांचा क्षेत्राचा येथील प्रचंड जलाशय म्हणजे नौकाविहारासाठी एक मोठे सोयीस्कर ठिकाणी आहे. हौसेने मासे पकडणाऱ्या लोकांची सोय फिशरीज रिसर्च लॅबोरेटरीतर्फे केली जाते.

उटकमंड

उकटमंड

उटकमंड हे निलगिरीमधील हवा खाण्याचे सुंदर व उत्तम ठिकाण आहे. समुद्रसपाटीपासून उटकमंडची उंची ७,५०० फुटांपेक्षा जास्त आहे. तेथे मोटाराने जाता येते. तसेच कोईमतूरहून आगगाडीनेही जाता येते. तेथे हवा खाण्यास जाण्याचा व राहण्याचा योग्य काळ म्हणजे एप्रिल ते जून होय. शिकार करणे आणि मासे पकडणे हे येथे येणाऱ्या शोकिनांचे आवडते छंद होत. निलगिरीस येणाऱ्या पुष्कळ प्रवाशांना कोन्नूर किंवा कोटगिरी या कमी उंचीच्या जवळपासच्या हवा खाण्याच्या ठिकाणी मुक्काम करून राहणे पसंत पडते. उटकमंडपासून या दोन ठिकाणांचे अंतर अनुक्रमे १२ ते १८ मैल ओ.

कुंदा, पैकार व मोयार हे तीन विद्युतप्रकल्प उटकमंडपासून नजीक असून तेथे जाण्याची चांगली सोय आहे.

'मुदुमलाई वाईल्ड सँक्चुअरी' उटकमंडपासून जवळच म्हैसूरच्या मार्गावर आहे. तिची समुद्रसपाटीपासून उंची ३,००० फूट आहे. टेकड्या, दलदलीचे पाणथर भूभाग यांचे मोठे मनोहर दृश्य येथून दिसते. येथील जंगलात सागवान, बांबू व चित्रांच्या चौकटीसाठी उपयुक्त असलेले गुलाबी वासाचे लाकूड याची विपुलता आहे. हत्ती, गवा, सांबर, चित्ता, बिबळ्या वाघ, अस्वल, हरण-काळवीट हे जंगली प्राणी आढळतात. वन्य पशूंचे आणि हिंस्र श्वापदांचे अवलोकन करण्याची इच्छा असणाऱ्या प्रवाशांसाठी येथे सहा उंच मिनार बांधण्यात आलेले आहेत. या सबंध जंगलातून मोटारीने चक्कर मारता येते किंवा तेथील जंगलखात्याने भाड्याने देण्यासाठी ठेवलेल्या हत्तीवरूनही हिंडता येते. मार्च व जून या महिन्यांच्या दरम्यान हे जंगल पाहण्यास जाणे इष्ट असते. कारगुडीर येथे 'फारेस्ट रेस्ट हाऊस' आणि 'टूरिस्ट लॉज' आहे. राहाण्याची व्यवस्था, परवाने आणि हत्ती भाड्याने मिळण्याची सोय वगैरेसाठी डिस्ट्रिक्ट फॉरेस्ट ऑफीसर, गुडलूर (उटकमंड) यांना भेटावे लागते.

नेइवेली

नेइवेलीच्या प्रकल्पाच्या ठिकाणी आता एक फार मोठी वसाहत तयार झाली आहे. लिग्नाइटचे उत्पादन या प्रकल्पातून लवकरच होऊ लागेल आणि या प्रकल्पाचे काम पूर्ण वेगाने होऊ लागले म्हणजे या सबंध प्रकल्पातून अंदाजे ३८५ हजार मेट्रिक टन (सेमी) कोक मिळू लागेल. त्याशिवाय त्याच्या बरोबरच अनेक आनुषंगिक बारीकसारीक वस्तूंचेही उत्पादन होईल.

चिदंबरम्

चिदंबरम् चेन्नईपासून आगगाडीने १५० मैल आहे. येथील नटराजाचे मंदिर अतिशय प्रसिद्ध आहे. श्रीशिवाची मूर्ती नटराजाच्या रूपाने ज्या विशिष्ट नृत्यावस्थेमध्ये येथे दिसते ती नृत्यदृष्ट्या फार महत्त्वाची असून भारतीय कलादृष्ट्याही फार उच्चतेची समजली जाते. येथे प्राचीन काळी पल्लव, चोल, पांड्य, नायक आणि विजयानगरचे राजे यांनी बांधलेल्या मंदिरांची भव्य गोपुरे, त्यातील अनेक अजस्र मंडप आणि मंदिराच्या बांधणीची वैशिष्ट्ये ही अंगे प्राचीन काळच्या या राजेरजवाड्यांच्या वैभवपूर्ण कलाप्रियतेची साक्ष देतात. शिवमंदिराच्या पूर्वेस व पश्चिमेस असलेले दोन मिनार तर फारच महत्त्वाचे समजले जातात. कारण भरतनाट्यम् नृत्यप्रकाराच्या १०८ अवस्था त्यांच्यावर शिल्पाकृतीतून चित्रित

केलेल्या आहेत. मंदिराच्या आत जो भव्य व विस्तीर्ण सभामंडप आहे त्याला १००० खांब असून त्यांच्यावरील कोरीव काम अत्युच्च श्रेणीचे आहे. तसेच शिवकामी आणि गणेश यांची दोन मंदिरे व शिवगंगा कुंड हेही या मोठ्या मंदिराच्या आवारात आहेत.

येथे वर्षातून दोन महोत्सव भरतात व त्या वेळी साऱ्या भारतातून यात्रेकरू व भाविक लोक जमा होतात. पैकी एक जून-जुलैमध्ये भरणारा 'आनि तिरुमंजनम्' महोत्सव व दुसरा डिसेंबर-जानेवारीमध्ये येणारा 'अरुद्र दर्शन' हा

महोत्सव होय.

मद्रास राज्यात असलेल्या दोन विद्यापीठांपैकी अन्नमलाई हे विद्यापीठ चिदंबरम् येथे आहे.

कुंभकोणम

हे अतिप्राचीन शहर एके काळी चोल राजांची राजधानी होती. कुंभकोणम्ला देवांचे शहर म्हणता येईल इतकी देवळे आहेत. या सर्व देवालयांमध्ये कुंभेश्वरस्वामीचे देऊळ अधिक प्राचीन वाटते. या देवळांतील अनेक प्रकारची चांदीची वाहने फार प्रसिद्ध आहेत. दुसरे महत्त्वाचे मंदिर म्हणजे नागेश्वराचे. या देवळाची रचना इतकी रहस्यपूर्ण आहे की, वर्षातून फक्त एकदाच तमिळ चैत्र महिन्यात (एप्रिल-मे) ३ दिवस सूर्यकिरणे नेमकी मंदिरातील मुख्य लिंगावर पडतात. श्रीविष्णूचीही अनेक

मंदिरे शहरात आहेत. त्यापैकी श्रीशारंगपाणि मंदिर शहराच्या मध्यभागी असून या मंदिराचे गोपुर सर्वात जास्त उंच आणि तितकेच भव्य आहे. याची उंची १४७ फुटांपेक्षा (४५ मीटर) जास्त आहे. रामस्वामी मंदिरात खांबावर उत्तम तऱ्हेची कोरीव काम केलेले आहे.

उत्तर भारतात कुंभमेळ्याप्रमाणे कुंभकोणम् येथे दर बारा वर्षांनी महामखम् नावाचा महोत्सव साजरा केला जातो आणि त्यावेळी हजारो यात्रेकरू तेथे जमतात. कुंभकोणम् हे हिंदूच्या अद्वैत तत्त्वज्ञानाचे एक महत्त्वाचे पीठ आहे.

स्वामीमलाई, तारापुरम्, पट्टीस्वरम्, सूर्यनार्कोइल, नाचीआर्कोइल, तिरूवडमुर्दर इत्यादी भोवतालच्या मंदिरांना भेट दिल्याशिवाय प्रवाशाची कुंभकोणम्ची यात्रा पूर्ण होणार नाही. ही सर्व मंदिरे कुंभकोणम्पासून अगदी थोड्या अंतरावरच आहेत.

तंजावर

आगगाडीने आणखी दक्षिणेस गेल्यावर तंजावर लागते. तेथील कला-कौशल्य आणि हस्तव्यवसाय यासाठी तंजावर प्रसिद्ध आहे. या ठिकाणचे बृहदीश्वराचे सुप्रसिद्ध व प्राचीन मंदिर राजाराज या चोल राजाने इ.स. १००३ मध्ये बांधले. भव्यता आणि सौंदर्य या गुणांत या मंदिराचा क्रम भारतात पहिला असल्याचे समजतात. ८० मेट्रिक टन वजनाच्या ग्रॅनाईट शिलेतून कोरलेल्या दगडांनी या मंदिराचे खूप मोठे गोपुर बनविलेले असून ते प्रेक्षकांना फार आकर्षक वाटते. ही अजस्त्र व प्रचंड शिला चार मैल अंतरावरील एका गावापासून या ठिकाणी आणण्यात आली आणि ती आणण्यासाठी तेव्हा महाप्रयास पडल्याची दंतकथा आहे. या मंदिराची रचना अशा प्रयुक्तीने करण्यात आली आहे की, दिवसाच्या कोणत्याही प्रहरी गोपुराची सावली खाली भूमीवर पडत नाही. समोर काळ्या ग्रॅनाईटचा मोठा एक दगडी नंदी असून तो सर्वांत मोठा समजलेल्या लेपाक्षीच्या मंदिरातील नंदीच्या खालोखाल मोठा आहे असे समजतात. देवळाभोवतालच्या भिंतीवरील चित्रांचा शोध अलीकडेच लागला असून संशोधकांच्या मनात त्यांनी प्राचीन दक्षिण भारतीय चित्रकलेबद्दल फार मोठे औत्सुक्य निर्माण केले आहे. ही चित्रे चोल व नायक राजवटींच्या काळातील असावीत. आश्चर्य म्हणजे या भोवतालच्या भिंतीवर खालपासून वरपर्यंत दोन थर असून चोल कालीन चित्रे आहेत तर नायक कालीन चित्रे यांच्या वरती काढलेली आहेत आणि काही ठिकाणी वरची नायक कालीन चित्रे ढासळल्यामुळे अथवा त्यांची पडझड झाल्यामुळे चोलकालीन चित्रे आता दृष्टोत्पत्तीस आली आहेत. दोन्ही मध्ये हीच अधिक कलात्मक वाटतात. जवळच असलेल्य सुब्रह्मण्यम् मंदिरावर अप्रतिम तऱ्हेचे शिल्पकाम केलेले आढळते.

तंजावरमधील इतर प्रेक्षणीय स्थळांत राजवाडा, कलासंग्रहालय, सरस्वती महाल ग्रंथालय आणि श्वार्त्स चर्च यांचा समावेश होतो. पूर्वकाली नायक व मराठा वंशाती ज्ञानप्रिय राजे लोकांनी गोळा केलली, भारतीय व युरोपियन भाषांतील अनेक हस्तलिखिते सरस्वती ग्रंथालयात जतन करून ठेवण्यात आलेली आहेत.

तंजावरासून ७ मैलांवर (११ कि.मी.) तिरुवायर आहे. आद्य कर्नाटक संगीततज्ज्ञ त्यागराज यांची या ठिकाणी समाधी आहे. या महान रचनाकाराच्या स्मृत्यर्थ दरसाल जनेवारी महिन्यात कर्नाटक संगीताच एक बडी मैफल येथे भरविण्यात येते. आणि त्याला आपला मानाचा मुजरा देण्यास संगीतकलेच्या सर्व घराण्यांचे कलावंत भक्तीने येथे त्या वेळी जमा होतात.

नागोर व वेळान्कण्णी

नागोर तंजावर पासून ८७ मैलांवर (१४० कि.मी.) आहे. मुसलमान लोकांच्या एका धार्मिक जत्रेबद्दल या ठिकाणची प्रसिद्धी आहे. येथे एक दर्गा असून मुसलमान लोकांत त्याच्याबद्दल फार श्रद्धा आहे. हा दर्गा एका सुंदर मशिदीत असून त्यास चांदीचे पत्रे लावलेले सात दरवाजे आहेत. दर वर्षी येथे भरणाऱ्या कंदूरी उत्सवाला सर्व पंथाचे लोक जमतात.

वेळन्कण्णी हे कॅथॉलिक लोकांचेही जत्रेचे ठिकाण असून तेथे 'अवर लेडी ऑफ हेल्थ'चे एक प्रार्थनामंदिर आहे.

तिरूचिरापल्ली

तिरूचिरापल्लीच्या परिसीमेवर एक मोठा किल्ला आहे. या किल्ल्यावरील खडकावर एक मंदिर असून त्याची उंची २७३ फूट आहे. या गणेशमंदिरातून पायथ्याच्या तिरुचिरापल्ली गावाचे आणि कावेरी नदीचे संपूर्ण दर्शन घडते. किल्ल्याकडे वर जाणाऱ्या मार्गाच्या डाव्या बाजूस अलेले हे मंदिर पल्लव राजवटीत बांधलेले गेलेले आहे. या मंदिरावर जे कोरीवकाम केलेले आढळते त्याचा उगम ७ व्या शतकातील महेंदवर्मन राजाच्या काळात सापडतो. पुराणांतरीच्या अनेक कथा येथील खडकांत कोरून अमर केलेल्या आहेत. तसेच येथे काही मूल्यवान शिलालेखही आहेत.

तिरुचिरापल्लीपासून ३ मैलांवर (५ कि.मी.) श्रीरंगम हे कावेरी आणि तिची उपनदी (कोल्लिडम-कोलेरून) या दोन नद्यांमध्ये असलेले एक छोटे बेट आहे. येथील मुख्य आणि महत्त्वाचे आकर्षण म्हणजे रंगनाथस्वामीचे प्राचीन मंदिर. ते श्रीरंगम्‌च्या मध्यभागी असून त्याच्याभोवती गाव वसलेला आहे. श्रीरंगम् गावाच्या रचनेचे वैशिष्ट्य असे की, तेथे रंगनाथस्वामीच्या मंदिरापासून सर्व दिशांकडे निघणारे सात रस्ते आहेत. मंदिरातील गाभाऱ्यात जो प्रशस्त सभामंडप आहे, त्याला एक

मिनाक्षी मंदिर - मदुराई

हजार खांब असून त्यापैकी प्रत्येक खांब एकेका एकसंध ग्रॅनाईटच्या शिलेतून कोरलेला आहे. श्रीरंगम् हे वैष्णव पंथीय लोकांचे एक महत्त्वाचे पीठ आहे. श्रीरंगम्च्या मार्गावरच जंबुकेश्वरम् आहे. याला तिरुवनैवकवल असे दुसरे परिचित नाव आहे. हे नाव पडण्याचे कारण असे सांगतात की, पूवी येथे एका हत्तीने शिवोपासना केली. अनेक शतके उभा असलेला एक अतिप्राचीन जंबू वृक्ष मंदिराच्या आत आहे. येथील 'अप्पूलिंगम्' शिवलिंगाची पाली नेहमी पाण्यात असते. ही एक मोठी चमत्कारपूर्ण घटना आहे. अखंड पाण्याचा एखादा झरा या लिंगाखाली असावा, असे त्यामुळे वाटते.

मदुराई

मदुराई हे चेन्नई राज्यातील दुसऱ्या क्रमांकाचे मोठे शहर आहे. तिरुचीपासून ते ८६ मैलांवर आहे. प्राचीन मंदिरे आणि राजवाडे यांच्या पार्श्वभूमीवर मदुराईला आधुनिक स्वरूप दिले गेले आहे. द्राविड कलेचे, कलाकौशल्याचे आणि शिल्पस्थापत्याचे उत्तम आणि प्रातिनिधिक नमुने मदुराईत आढळतात.

मदुराई मीनाक्षी मंदिर सर्वत्र ख्याती पावलेले आहे. या मंदिरावरील शिल्पाचे कोरीव काम अप्रतिम आणि वेशिष्ट्यपूर्ण आहे. मीनाक्षी मंदिराला नऊ अतिभव्य व उंच गोपुरे आहेत. पैकी पूर्वेच्या गोपुरातून आत जाण्याचा प्रवेशमार्ग आहे. आतमध्ये सुंदरेश्वराचे (शिवाचे) आणि मीनाक्षीचे (शिवपत्नी) अशी दोन मंदिरे आहेत. मंदिरासमोरील

प्रशस्त सभागृहाला 'कंबथडी' मंडप म्हणतात. या मंडपाच्या खांबावर शिवाची विविध रूपांतील असंख्य चित्रे काढलेली आहेत. मीनाक्षी मंदिराबद्दलची एक विशेष बाब म्हणजे १६ व्या शतकात बांधलेले हजार खांबांचे एक सभागृह होय. या सभागृहाच्या खांबांवर सपक्ष सर्पाच्या आकृत्या कोरल्या आहेत. जवळच एके ठिकाणी एक मोठा खांब आणि अनेक छोटे खांब अशा तऱ्हेने उभे आहेत की एकावर थोडी जरी आवाज केला तरी बाकीच्या इतर खांबातून लगेच सप्तस्वरांचे संगीतपूर्ण आवाज निघात. ओतप्रोत शिल्पकलेने नटलेला वसंत मंडप मंदिराच्या समोर आहे.

मदुराईचे दुसरे प्रेक्षणीय स्थळ म्हणजे तिरुमलाई नायक महाल. हा महाल इसवी सनाच्या १७ व्या शतकात बांधलेला आहे. नायक वंशातील राजांचा पूर्वी राजवाडा असलेला हा महाल अतिशय भव्य असून मध्ययुगीन हिंदू शिल्पकलेचे काम यावर केलेले आहे. या राजवाड्यावरील घुमट आणि कमानी यांच्या चुन्याच्या गिलाव्यावर केलेले येथील काम फार प्रसिद्ध आहे. मंदिरापासून 'स्वर्ग विलासम्' या नावाची एक लहान सुंदर इमारत असून तिचा घुमट विटा व चुना यांनी बांधलेला आहे. विशेष म्हणजे आधारासाठी लावलेला एखादासुद्धा खांब येथे आढळत नाही.

मदुराईला वर्षाचे बारा महिनेही कोणते ना कोणते तरी धार्मिक सण, उत्सव चालू असतात. अशा सण-उत्सवांपैकी चित्राई उत्सव (एप्रिल-मेमध्ये येतो) आणि तेप्पम् (जानेवारी-फेब्रुवारीमध्ये येतो) हे दोन महत्त्वाचे होत. चित्राई उत्सवात सुंदरेश्वर आणि मीनाक्षी यांच्या विवाहाचा सोहळा साजरा करण्यात येतो. जंगी मिरवणुकी त्या निमित्ताने काढण्यात येतात. आणि जवळ जवळ दोन आठवडे मदुराईची जनता या उत्सवाच्या समारंभात दंग आणि आनंदी असते. तेप्पन् उत्सवात देवतांच्या मूर्ती खास तयार केलेल्या सुशोभित तराफ्यावरून तेप्पकुळम् तलावात मिरविल्या जातात आणि त्यावेळी तलावाच्या काठावर पणत्या आणि रंगीत दिवे हजारोंनी लावून हा उत्सव साजरा करण्यात येतो.

मदुराईपासून जवळच दोन महत्त्वाची प्रेक्षणीय देवालये आहेत. त्यापैकी 'अळहर कोविल' हे अळहर टेकडीच्या पायथ्याशी आहे. ही टेकडी शहरापासून ११मैल दूर आहे. दुसरे देवालय ५ मैलांवर तिरुपरंकुरम् येथे असून त्या ठिकाणी 'सुब्रह्मण्य' मूर्ती आहे. येथील एक विशेष म्हणजे मुसलमान लोकांचीही एक यात्रा येथे भरत असते. कारण टेकडीच्या माथ्यावर 'सिकंदर' या मुसलमान साधूची कबर आहे. रेल्वे स्टेशनपासून ३ मैलांवरील राणी मंगम्मल हिच्या राजवाड्यात सध्या वस्तुसंग्रहालय आहे. याशिवाय मदुराई हे मद्रास राज्याचे एक महत्त्वाचे औद्योगि केंद्र असून तेथील कापड गिरण्या व हातामागाचा उद्योगधंदा यामुळे मदुराईची सर्वत्र

प्रसिद्ध आहे.

पेरियार धरण

पेरियार धरण आणि तलाव मदुराईपासून मोटारमार्गाने ८६ मैल अंतरावर ओहत. १९ व्या शतकाच्या अखेरीस हे धरण बांधण्यात आले. तलावाचे क्षेत्र १० चौरस मैल असून तो १७०० फूट उंचीवर आहे. येथे रानटी श्वापदांची वस्ती असते आणि त्यामुळे पेरियार 'वाईल्ड लाईफ सॅक्चुअरि' हा जंगल विभाग अशा वन्य पशूंसाठी संरक्षित म्हणून राखण्यात आलेला आहे. अगदी सकाळीच अथवा अस्तमानाच्या सुमारास जर तलावात मोटार लॉन्चमधून चक्कर टाकली तर या वन्य पशूंचे दर्शन घडू शकते. 'अरण्यनिवास' या नावाचे एक छानदार हॉटेल येथे केरळ सरकारने चालविले असून त्या ठिकाणी प्रवाशांची राहाण्याची व्यवस्था होते.

कोडइकानल

कोडइकानल हे समुद्रसपाटीपासून ७,६०० फूट उंचीवर असलेले भारतातील एक हवा खाण्याचे उत्तम ठिकाण आहे. अतिशय निसर्गरम्य असे हे स्थळ मदुराई जिल्ह्यातील पळणी टेकड्यावर वसलेले आहे. पायी फिरायला जाणाऱ्या किंवा रपेट करणाऱ्या लोकांना येथे फार सोयीस्कर जागा आहे. कोडइकानलचा मोठा तलाव हे त्याचे एक हुकमी आकर्षण आहे. येथील छोट्या धबधब्याच्या पाण्यात स्नान करणे फार मजेचे वाटते.

कुद्रालम

३०० फूट उंचीवरून तीन ठिकाणी थेट खाली पडणाऱ्या चित्तार नदीच्या पाण्यावरील धबधब्यांमुळे कुद्रालमचे नाव ख्याती पावले आहे. हेही एक हववा खाण्याचे सुप्रसिद्ध ठिकाण आहे. जूनपासून ऑक्टोबरपर्यंत येथे जाण्याचा मोसम असतो. वरील धबधब्यांपैकी मुख्य धबधबा श्रीकुत्तालनाथाच्या देवालयाजवळ आहे. नदीच्या प्रवाहात पूर्वभागात आणखी दोन धबधबे असून त्यांना 'हनी फॉल्स' व 'षेण्बगादेवी फॉल्स' अशी नाव पडलेली आहेत. कुद्रालमला रेल्वेने तेन्काशी अथवा शेकोटे या अगदी जवळच्या स्टेशनपासून जाता येते.

पापनाशम्

पापनाशम् येथे आणखी काही धबधबे आहेत. ते निसर्ग सुंदर आणि भव्य आहेत. येथे स्नान करणे हिंदू लोक-पवित्र समजतात. नदीचे पाणी अडवून येथे विद्युतउत्पादनासाठी धरण बांधण्यात अले आहे.

मणिमुत्तार

चेन्नई राज्यातील दोन प्रमुख पाटबंधाऱ्यांच्या प्रकल्पांपैकी एक येथे आहे. धरणांच्या जागेपासून ४ मैल अंतरावर मणिमुत्तार धबधबा आहे.

रामेश्वर

पूर्वापार धार्मिक समजुतीप्रमाणे रामेश्वर बेटाचा आकार श्रीविष्णूच्या पांचजन्य शंखासारखा आहे. शहर आणि मंदिर ही बेटाच्या उत्तर भागात आहेत. प्रवाशाचे लक्ष वेधून घेणारी या मंदिरातील एक गोष्ट म्हणजे मंदिराभोवतालचा १७ फूट रुंदीचा एक भला मोठा व्हरांडा होय. तो मूळचा जमिनीपासून ५ फूट उंचीवर आहे. असे अनेक व्हरांडे या मंदिराभोवताली आहेत. वरील व्हरांडा त्यापैकी तिसरा असून त्याच्या आत इतर देवळे व पवित्र विहिरी-कुंडे आहेत. मंदिराचे एकूण बांधकाम व रचना अशा पद्धतीने केलेली आहे की, ही इतकी प्रचंड वास्तू डिझाईन्सच्या आणि शिल्पाच्या दृष्टिकोनातून अगदी एकसंध वाटते.

धनुष्कोटि

रामेश्वराच्या नैर्ऋत्येस २३ मैलांवर असलेले धनुष्कोटि हे चेन्नईहून जाणाऱ्या आगगाडीच्या मुख्य मार्गावरील अखेरचे स्थानक आहे. मुख्य भारतभूला धनुष्कोटि आगगाडीने जोडलेली आहे. येथे जो अतीव रमणीय देखावा दिसतो, तो धनुष्कोटिचे आगळे वैशिष्ट्य होय. बंगालचा उपसागर आणि हिंदी महासागर या दोहोंचा संगम येथेच होतो. रामेश्वर आणि धनुष्कोटि यांच्यामध्ये मंडपम् नावाचे ठिकाण असून समुद्रतीरावरील हवेशीर ठिकाण म्हणून त्याची प्रसिद्धी आहे.येथून पश्चिमेस गेले म्हणजे तिरुचेंदुर लागते. तेथील सुब्रह्मण्य मंदिरात जाऊन दर्शन घेतल्याविाय या भागातील यात्रा पुरी होत नाही. समुद्र-किनाऱ्यावरील या मंदिरापुढे सात मजली उंच गोपुर आहे. जवळच 'उद्यगिरी' किल्ला आहे. डी. लॅनॉय या डच आरमारी अधिकाऱ्याची कबर येथे आहे. या अधिकाऱ्याने त्रावणकोर संस्थानच्या सैन्याची आधुनिक धर्तीवर पुनर्रचना करणयस बरीच मदत केली. ही सर्व स्थळे आणि त्रावणकोर संस्थानची जुनी राजधानी 'पद्मनापुरम्' कन्याकुमारी जिल्ह्यात आहेत.

रामेश्वर

कन्याकुमारी (केप कामोरिन)

अरबी समुद्र, हिंदी महासागर आणि बंगालचा उपसागर या तिहींचा संगम कन्याकुमारीस होतो. महात्मा गांधीचे स्मारक आणि ज्या ठिकाणी बसून स्वामी विवेकानंदांनी चिंतन केले, तो खडक त्यावर आता नव्यानेच बांधलेले भव्यसुंदर, शांत, प्रसन्न स्मारक ही दोन स्थळे येथे असून हिंदू जनतेला त्यांच्याबद्दल आदर व पावित्र्याची भावना वाटते. येथे 'कन्या-कुमारी'चे देवालय आहे.

★ ★ ★

७. विकासोन्मुख तमिळनाडू

स्वातंत्र्यानंतर देशात स्वराज्याचे सुराज्य करण्यासाठी प्रयत्न सुरू झाले. नियोजन मंडळाची स्थापना झाली. पंचवार्षिक योजनांची आखणी झाली. तमिळनाडूही विकासकार्यात मागे राहिला नाही.

तमिळनाडूत अन्य प्रदेशांप्रमाणेच शेती हाच प्रमुख व्यवसाय आहे. शेतीचे उत्पादन वाढविण्यासाठी राज्यात अनेक प्रकारचे प्रकल्प विकासयोजनांच्या काळात हाती घेण्यात आले. शेती-संशोधनावरही भर दिला असून तमिळनाडूमध्ये कोईंबतूर येथे 'शुगरकेन ब्रीडिंग इन्स्टिटट्यूट' व मंडपम् कँप येथे 'सेंट्रल मरीन फिशरीज रिसर्च इन्स्टिटट्यूट' ही संशोधन केंद्रे काम करीत आहेत. तमिळनाडूला मोठा समुद्रकिनारा लाभलेला असल्यामुळे मच्छिमारीचा धंदा मोठ्या प्रमाणावर चालते. त्यासाठीही आधुनिक पद्धतीच्या सोयी उपलब्ध केलेल्या आहेत. शेतीसाठी जमिनीचे संरक्षण, खते, पाणी ही मुख्य गरज लक्षात घेऊन अमरावती, अरनियार, गोमुखीनंदी, कृष्णगिरीज, लोअर भवानी, मणिमुथार, न्यू कट्टाली हाय कॅनॉल, नय्यार, पुल्लंवाडी, सथनूर, विडू, वैगेरे इत्यादी प्रकल्प राज्याने हाती घेतले आहेत. त्यातील 'परंबीकुलम् अलियार' प्रकल्प मोठा आहे. केरळ व तमिळनाडू या दोन राज्यांना याचा लाभ होणार आहे. सुमारे ६७.५३ कोटी रुपयांचा हा प्रकल्प दोन्ही राज्ये मिळून उभारीत आहेत. अन्नमलाई टेकड्यांतील सहा व अन्य दोन अशा आठ नदयांचे पाणी धरणात साठवले जाईल. कोईंबतूर (तमिळनाडू) जिल्ह्यातील आणि चित्तूर (केरळ) भागातील सुमारे ९७,१२९ हेक्टर जमिनीला पाणी मिळेल.विविध वीज-निर्मितीचे प्रकल्पही राज्यात आकारास आले आहेत, येत आहेत. चेन्नईजवळील 'एन्नार थर्मल पॉवर स्टेशन' व 'मेत्तूर टनेल हायड्रो-इलेक्ट्रिक स्कीम' साकारत आहेत.

समुद्र किनाऱ्यामुळे व्यापार-धंदाही राज्यात विशेष जोरात आहे. चेन्नई,

नागपट्टणम्, कडलूर, धनुष्कोटि इत्यादी बंदरे यासाठी सोयीची आहेत. त्यांच्या विकासाकडेही लक्ष पुरवलेले आहे. सिलोन, मलाया, ब्रह्मदेश, इंडोनेशिया, जपान, अमेरिका, इंग्लंड, इजिप्त, फ्रान्स, अरबस्तान इत्यादी प्रमुख देशांशी तमिळनाडूमधील बंदरांतून व्यापार चालतो. कापड, कच्चे लोखंड, चामडे, तेल इत्यादी वस्तू निर्यात केल्या जात व यंत्रे रासायनिक पदार्थ, खते, अन्नधान्य, कापड इत्यादी गरजेच्या वस्तूंची आयात केली जाते. राज्यात जल, रेल्वे, बस आणि विमानवाहतूकही उपलब्ध आहे. नवीन औद्योगिक विकासाची प्रगती राज्यात झाली आहे. राज्यात लहान-मोठे असे हजारो कारखाने आहेत. त्यातून उत्पादित होणाऱ्या वस्तू देशभर जातात. तमिळनाडूमध्ये चेन्नई हे तर मोठे औद्योगिक केंद्र आहेच, पण त्याशिवाय कोईंबतूर, सेलम, मदुरा, तिरुचिरापल्ली, नेयवेली, तिरुपुर इत्यादी केंद्रेही भरभराटीत आहेत. जिथे जो कच्चा माल उपलब्ध आहे तिथे त्यापासून तयार होणाऱ्या मालाचे कारखाने आहेत. खनिज पदार्थांचाही उपयोग करून घेतला जात आहे.चेन्नईमध्ये रासायनिक पदार्थ, सिगारेटस्, मोटार, सायकली, स्कूटर, साखर, सिमेंट, विजेची उपकरणे, खते इत्यादी विविध प्रकारचे कारखाने आहेत आणि नवनवीन कारखाने निघत आहेत. तिरूच्चिरापल्ली येथे बॉयलर फॅक्टरी आहे, डालमिया नगरात सिमेंट फॅक्टरी आहे, सेलम येथे अल्युमिनियमची फॅक्टरी आहे, उटकमंड येथे फोटोच्या फिल्म्स् तयार करण्याची फॅक्टरी आहे, नेयवेलीत लिग्नैटची फॅक्टरी आहे तर मदुरा व कोईंबतूरमध्ये कापडाच्या बऱ्याच गिरण्या आहेत. मुद्रण आणि सिनेमा या क्षेत्रातही हे राज्य आघाडीवर आहे. पेराम्बूर येथील आगगाडीचे डबे तयार करण्याचा अजस्त्र कारखाना प्रसिद्धच आहे. सर्व दृष्टीने तमिळनाडू विकासाची वाटचाल करीत आहे आणि परिश्रमातून समृद्धी निर्माण करीत आहे.

★★★

८. तमिळ लोकसाहित्य

लोकसाहित्य ही त्या त्या भाषेची एक अमूल्य अशी ठेव आहे. लोकभावना, लोकाचार आणि लोकस्थिती यांचे दर्शन लोकसाहित्य घडवीत असते. प्रत्येक भाषेत असे साहित्य आहे. तमिळमध्येही आहे.

तमिळ भाषेतील सर्वांत प्राचीन व्याकरण ग्रंथ 'तोलकाप्पियम' नावाचा उपलब्ध आहे. त्यात दोन प्रकारची रचना आहे. एक, त्या त्या रचनेवर लेखकाचे नाव अंकित आहे आणि दुसरी, जिच्यावर लेखकाचे नाव नाही अशी ही जी दुसऱ्या प्रकारची रचना आहे तीच तमिळमधले प्राचीन लोकसाहित्य होय. दोन हजार वर्षांपूर्वीची ही रचना तत्कालीन भाषेत आहे.

तमिळ लोकसाहित्यामधील सर्वांत जुने-पुराणे नमुने म्हणजे श्रमगीते व समारोहगीते आहेत. 'वंजिप्पाटु' म्हणजे नाविकांची गीते व 'मंदिरप्पाटु' म्हणजे वर्तुळनृत्याची गीते पुष्कळ आढळतात.

तमिळ लोकसाहित्यात 'नाडोडि पाड्डुल' नामक दीर्घ रचनाही आढळते. अशा रचनेत मराठी पोवाड्याप्रमाणे वीररसात एखाद्या शूराची पराक्रम गाथा निवेदिलेली असते.

याशिवाय लग्नकार्य, सण-समारंभ इत्यादी प्रसंगी म्हणावयाची गीतेही पुष्कळ आहेत. गीताप्रमाणेच तमिळ लोककथांचे भांडारही समृद्ध आहे. काही पारंपरिक बालगीते, म्हणी व तमिळ लोककथेची ही वानगी-

बालगीते

१

काका कण्णिक मै कोंडुवा
कुरवि कोंडेकी पू कोंडुवा

कोक्के कोळंदेकी तेन कोंडुवा
कुईल कोळंदेकी पाल कोंडुवा ।

कावळ्याच्या डोळ्यासाठी काजळ घेऊन ये ।
चिमणे, चिमणे फुलं घेऊन ये ।
बगळ्याच्या बाळासाठी मध घेऊन ये ।
कोकिळेच्या बाळासाठी दूध घेऊन ये ।

२

निला निला वा! वा !
निल्लामल ओडिवा !
मलेमीदि ओडिवा !
मल्लिहे पू कोंडुवा !
-चांदोबा, चांदोबा ये, ये
न थांबता पळत ये ।
डोंगर चढून धावत ये ।
जाईचे फूल घेऊन ये ।

तमिळ म्हणी

आडमाट्टाद तेवडियाळुक्कुकूडम् कोणल ।
- नाचायला न येणाऱ्या देवदासीला अंगण वाकडे.
पेर कून्दलळगी; तलै मॉट्टै ।
- नाव सुंदरकेशी, पण टाळके भुंडे ।
ऐन्दिल इल्लाददु ऐम्बदिल् अॅङ्गे ।
- जे पाचात नाही ते पन्नाशीत कुठून येणार ।
ऊरुडन ऑट्टु वाळू
-जशी गावची रीत, तसे वागावे नीट ।
आरूकडक्कुमट्टुम् अण्णन् तम्बि कडन्द्। पिन् नी यार नानार ।
-नदी पार करीतोवर भाई भाई, पार केल्यावर तू कोण नी मी कोण ।

तमिळ लोककथा - कष्टाची कमाई

तमिळनाडूमधील असेच एक गाव. तिन्नवेल्ली हे त्याचे नाव. तर या गावात एक ब्राह्मण राहत होता. तो मोठा पंडित होता. सगळी शास्त्रे जाणत होता. वेदविद्या-पारंगत होता. पण असा हा महाज्ञानी, पंडित ब्राह्मण होता मात्र अत्यंत गरीब. दरिद्री. कारण ब्राह्मण आपल्या ज्ञानाचा दुरुपयोग करून इतर अज्ञ जनांना फसवीत नसे, लुबाडीत नसे. तो फार नि:स्पृह होता. ज्ञानाची विक्री करणे त्याला पसंत नसे. नाही तर काही पंडित म्हणवून घेणारे पोथ्यांची पानं चाळून, तोंडातल्या तोंडात काही तर काही पुटपुटून, उलटे-सुलटे मंत्र म्हणून ज्ञानाचे, पांडित्याचे जाळे पसरतात आणि त्या जाळ्यात भोळेभाबडे लोक फसतात. भक्तिभावाने द्रव्य-दक्षिणा देतात. पंडितांची चंगळ होते.

परंतु हा तिन्नवेल्लीचा ब्राह्मण तशांपैकी, नव्हता. म्हणूनच तो ज्ञानवंत असूनही दरिद्री राहिला होता.

याशिवाय आणखीही त्याचे व्रत होते. ते व्रत असे होते की, तो वाटेल त्याच्याकडून, वाटेल तसली दक्षिणा अथवा दान घेत नसे. तशी त्याला दक्षिणा अथवा दान मुळीच चालत नसे असे नाही, तर देणाऱ्याने आपल्या श्रमाने कमावलेल्या द्रव्यातूनच ते दान अथवा दक्षिणा तो घेत असे. म्हणजे श्रम करणाऱ्यांचीच दक्षिणा तो स्वीकारीत असे.

परंतु ब्राह्मणाच्या या व्रतामुळे त्याच्या घरातल्या लोकांना फार दु:ख, कष्ट भोगावे लागत असत. उपासमार होत असे. ब्राह्मणाची ब्राह्मणी तशी मोठी कर्कशा होती. ब्राह्मण जेवढा शांत, सौजन्यशाली तेवढीच ही कजाग, आक्रस्ताळी. ती रोज पतीशी भांडायची. त्याला नाही नाही ते बोलायची. निर्बुद्ध म्हणायची पण ब्राह्मण शांत असायचा. त्याची शांती पाहून ब्राह्मणी आणखीनच चिडायची. संतापायची, म्हणायची, "दान-दक्षिणा नव्हती घ्यायची तर ब्राह्मणाच्या कुळात कशाला जन्म घेतलात, घ्यायचा एखाद्या चांभाराच्या घरात. म्हणजे जोडे शिवून तरी चार पैसे मिळाले असते."

कधी कधी ती म्हणायची, "काही कमवायचे नव्हते, तर माझ्याशी लग्नी तरी कशाला केलेत?"

कधी कधी तर ती त्राग्याने डोके बडवून घ्यायची. आडात जीव देईन म्हणायची. बिचारा ब्राह्मण. त्रासून, कंटाळून जायचा. त्यालाही गरिबीचे चटके बसायचेच. उपासमार व्हायचीच, पण काय करायचे विनाश्रम करणाऱ्याकडून दक्षिणा घ्यायला त्याचे मन तयार व्हायचे नाही. त्याला तो विचारही सहन

व्हायचा नाही.

असेच दिवस चालले होते. एके दिवशी ब्राह्मणीच्या माहेरचे पाहुणे आले होते. बोलता बोलता त्यांनी एका देशाच्या राजाचा उल्लेख केला आणि सांगितले की, हा राजा मोठा दानशूर आहे. त्याच्या दरबारातून तो कोणलाही रिक्त हस्ताने परत पाठवीत नाही.

राजाची हकिकत ऐकून ब्राह्मणीने ब्राह्मणाच्या मागे 'राजाकडे जाच असा तगादा लावला.

अखेरीस ब्राह्मण उठला. राजाकडे आला. राजाने त्याचे स्वागत केले. ब्राह्मण नम्रपणाने म्हणाला, "महाराज! मी एक गरीब ब्राह्मण आहे. माल दान हवे आहे. परंतु एका अटीवरच मी दान स्वीकारीत असतो."

"कोणती अट?" राजाने विचारले.

ब्राह्मणाने सांगितले, "मी असेच दान घेतो की, जे देणाऱ्याच्या श्रमाचे आहे."

राजा हे ऐकून विचारात पडला. त्याच्याजवळ अफाट संपत्ती होती, पण ती त्याच्या श्रमातून निर्माण झालेली नव्हती. बरे, ब्राह्मणाला रिक्त हस्ताने परत धाडणेही त्याला शोभणारे नव्हते.

"ब्रह्मर्षी, आपण उद्या यावे व दान घेऊन जावे." राजा म्हणाला, आणि पुन्हा विचारात गढून गेला, काय करावे?

शेवटी राजाने श्रम करायचे ठरवले. वेष बदलून तो मासे धरण्यासाठी जाळे घेऊन नदीवर गेला. दिवसभर उन्हात राबला तेव्हा अवघे चार लहान मासे हाती आले. तेवढेच घेऊन तो बाजारात गेला. चार माशाला केवळ एक पैसा मिळाला. तोही फार घासघीस करून. दुसऱ्या दिवशी ब्राह्मण आला. राजाने हात जोडून म्हटले, "ब्रह्मर्षी, एवढीच माझी आयुष्यातील श्रमाची कमाई; ही घ्या."

ब्राह्मण तो पैसा घेऊन घरी परतला. ब्राह्मणी वाटच पाहत होती. मोठ्या आशेने ती धावली. पण ब्राह्मणाने सारी हकिकत सांगून मिळाले दान- एक-पैसा तिच्या हाती ठेवला.

ब्राह्मणी संतापाने भडकली. म्हणाली, "जिथून हिरे, मोती, शाल, पालखी घेऊन येतात. तिथून तुम्ही एक पैसा आणलात."

आणि रागारागाने तिने तो पैसा अंगणात भिरकावून दिला.

त्या रात्री सारेच उपाशीपोटी झोपले. भल्या सकाळी ब्राह्मण उठून अंगणात आला, तो त्याला एक अद्‌भुत झाड उगवलेले दिसले. ब्राह्मणीने फेकलेल्या

पैशाचे झाड आले होते. त्याच्य फांद्या चांदीच्या होत्या, पाने सोन्याची होती आणि हिरे-मोत्यांची फुले-फळे झाडावर लटकलेली होती.

ते नवलाचे झाड पाहून ब्राह्मणाने ब्राह्मणीला आनंदाने हाक दिली, ''अगं, बघ बघ तरी कसले झाड उगवले आहे. कष्टाच्या पैशाची करामत तरी पहा.''

ते झाड पाहून ब्राह्मणीची मुद्रा खुलली. ब्राह्मणाच्या ओठांवर आनंदाचे हास्य उमलेले होते.

असे दुर्मीळ हास्य श्रमवंतांच्या ओठावरच खेळते.

ब्राह्मणीही हसत होती. तिच्या त्या हास्यात तिचा तापटपणा, संताप त्या दिवशी पार वाहून गेला. ती पुन्हा कधी पतीशी भांडली, झगडली नाही.

★ ★ ★

९. संभाषण

तमिळ भाषेतील काही प्रथम परिचयात्मक वाक्ये येथे देवनागरीत दिली आहेत. एखाद्या तमिळ माणसांशी प्रारंभी बोलण्यासाठी आणि तमिळ भाषेचाही अल्पसा परिचय होण्यासाठी यांचा उपयोग होईल.

मराठी	**तमिळ**
नमस्कार	-वणक्कम् नमस्कारम्!
आपले नाव काय?	-तंगळुडैय पॅयर ॲन्न ?
माझे नाव सुब्रह्मण्य	-ॲन् पॅथर सुब्रह्मण्य!
आपल्या वडिलांचे नाव काय?	-तंगळुडैय तगप्पनारिन् पॅयर ॲन्न ?
आपण राहता कोठे ?	-तांगळ् ॲङ्गे वसिक्किरीर्गळ् ?
मी कांचीला राहतो.	-नाम् कांचीविल वसिक्किरोम्
आपला पूर्ण पत्ता सांगा.	-तंगळुडैय मुळु विलासम् शॉल्लुंगळ.
लिहून घ्या.	-ॲळु दिक्कॉळ्ळुगंळ्!
आपण कोठून येत आहोत?	-तांगळ् ॲङ्गिरून्दु वरुगिरीर्गळ्?
मी सरळ मद्रासहून येत आहे.	-नान् नेने मद्रासलिरून्दु वन्दुक्कॉण्डि रुक्किरेन!
आपण कोठे जाणार आहात?	-इप्पॉळु दु तांगळ् ॲङ्ग पोवीर्गळ् ?
मी तंजावरला जाईन	-नान् इप्पोळदु तंजावरू पोवेन्.
तिथे आपले कोणी नातेवाईक आहेत ?	-अंगु उंगळ् उरविनर्गळ् यारावदु इरूक्किरार्गळा ?
माझ्या नात्यागोत्याची माणसे तिथे आहेत.	-अंगु ॲन शुटूत्तार उरविनर्गळ् इरूक्किरार्गळ
तिथे नात्यागोत्याची माणसे	अंगु ॲन् शुटुत्तार उरविनर्गळ पलर इरू

तिथे आहेत.	क्किरार्गळा
ठीक	-सरि
बसा. इथे बसा	-उट्कारूंगळ्. इंगु इप्पाडि उटकारूंगळ्.
तुमची प्रकृती कशी आहे ?	-एन अप्पा उन उडल् नलम ऊडप्पी
माझी प्रकृती ठीक आहे	-ॲनक्कु उडम्बु सारियायैल्लै.
हे काय केलेस?	-इदेन्न?
इथून बाजार किती दूर आहे?	-कडैत्तेरू इंगिरंदु एव्वळवु दूरम्?
बराच दूर आहे.	-तोलैवाघ इरूक्किरदु!
वाट दाखवा!	-वळि काट्टूॅ !
किती पैसे झाले ?	-एवळवुॅ विलै ?
माझ्याजवळ मोड नाही.	-येन्निडम् चिल्लरै इल्लै.
या शहराचे नाव काय?	-इन्दु उरुक्कू येन्न पेयर ?
ह्या शहराचे नाव मदुरा	-इन्द ऊरिन् पेयर मदुरा.
मला थोडे पाणी प्यायला देता का?	-कोंचेम् तण्णीर कोडुप्पीर् घळा?
हो, हो, अवश्य !	-ओ । अवस्य.
एखादे गाणे म्हणा ना.	-सेयदुॅओरू पाट्टु पाड्डु
मला गाता येत नाही .	-एनिक्कुॅ पाडत्तेरियादुॅ.
ही बस कुठे जाते ?	-इन्द बस येड्गे पोघिरदुॅ ?
तुमचे शिक्षण किती झाले आहे?	- नीडळ् येव्वळवु वै पडित्तिरूक्वि रीर्घळ?
मी पदवीधर आहे.	-नान् ओरू पट्टधारि.
मी फिरायला जात आहे.	-नान् ऊरुसुट्रप्पोहिरेन्.
चला, चहा घेऊ या.	-वारूॅड्घळ्, कोञ्चम् तेनीर शाप्पिडलाम

★★★

१०.तमिळनाडू - गीत

शन् तमिळनाडू ।
शन् तमिळनाडेनुम् ओदिनिले- इन्ब्
तेनवन्दु पायुदु कादिनिले-एंगळ
तंदैय नाडैन्र पेच्चिनिले-ओरू
शक्ति पिरक्कदु मूच्चिनिले

शन् तमिळनाडेनुम् ।...१

कावीरी तेनप्पेण्णै पालारू-तमिळ
कंडदोर वैयै पोरूणेनदि -येन
मोविययारू पलवोडद-तिरू
मेनि शयित्त-तमिळनाडुं

शन् तमिळनाडेनुम् ।...२

कल्वि शिरंद तमिळनाडु-पुहळक
कंबन पिरन्द -तमिळनाडु-नल्ल
पल्बिधमायिन् शात्रधिन्-मनं
पारेंगुम वीषुं तमिळनाडु

शन् तमिळनाडेनुम् ।...३

वळ्ळुवन् तन्नै उलहिन्नुके- तंदु
वाणबुगळ कोंड् तमिळनाडुनेंजय
अण्णुम् शिलप्पद करमेन्रार-मणि
यारं पडैत्त तमिळनाडु

शन् तमिळनाडेनुम् ।...४
-सुब्रह्मण्य भारता

-सुंदर तमिळनाडू !

तमिळनाडू ह्या शब्दांचा उच्चार कानाला अमृतासारखा वाटतो!

पितृभूमीच्या नामोच्चाराबरोबर प्रत्येक श्वासाश्वासात उत्साह वाटतो !

कावेरी, पेणै, पालार, चहै, पूर्णै या सुंदर सरिता या भूमीतून वाहतात!

ज्यांच्या स्मृतीनेच तमिळनाडूचा उज्ज्वल इतिहास आणि संस्कृती डोळ्यापुढे उभी राहते.

याच भूमीत कंबन सारखा महाकवी होऊन गेला आणि या प्रदेशात विद्या व

संस्कृतीमुळे परिणत झालेले शास्त्र सर्व विश्वात पसरले.

याच भूमीत वल्लुवर हा महान संत होऊन गेला. त्याने जगाला 'कुरळ' सारखा महान ग्रंथ दिला; जो तमिळनाडूचा मौलिक असा अलंकार आहे.

★★★